ஒரு வனதேவதையும் ரெண்டு பொன்வண்டுகளும்

எஸ்.காமராஜ்

நீலம்

நீலம்

ஒரு வனதேவதையும் ரெண்டு பொன்வண்டுகளும் (சிறுகதைகள்)

ஆசிரியர் : எஸ்.காமராஜ்
முதற்பதிப்பு : டிசம்பர் - 2005 (வம்சி புக்ஸ்)
நீலம் முதற்பதிப்பு - டிசம்பர் - 2023

நீலம் பப்ளிகேஷன்ஸ்,
முதல் தளம், திரு காம்ப்ளக்ஸ்,
மிடில்டன் தெரு, எழும்பூர், சென்னை - 600008.

அட்டை & நூல் வடிவமைப்பு : நெகிழன்

விலை ரூ.150

ORU VANADHEVATHAIYUM
RENDU PONVANDUGALUM (SHORT STORIES)

Author : S.Kamaraj © S.Kamaraj
Published by : NEELAM PUBLICATIONS,
1st floor, Thiru Complex, Middleton street,
Egmore, Chennai - 600008.

Printed at Sudarsan Graphics Pvt. Ltd., Chennai - 600041.

Email : editor@neelampublications.com
Mobile : +91 98945 25815

INR : 150
ISBN : 978-93-94591-88-2

Neelam Monthly Magazine & Subscription - www.theneelam.com
Neelam Online Store - www.neelambooks.com

நடுச்சூரங்குடிக்கும்
பாண்டியன் கிராம வங்கி
ஊழியர்கள் சங்கத்திற்கும்

அணிந்துரை

கொப்பளிக்கும் பாதையில் சிறுசெடியின் நிழலாவது காலாற்றிக் கொள்ள கிடைக்காதா என்கிற பரிதவிப்புடனும், கிடைக்காமலா போய்விடும் என்கிற நம்பிக்கையுடனும் விரையும் ஒருவரது கண்ணுக்கும் மனதுக்கும் என்னென்ன எந்த அளவுக்குப் படுமோ அந்த அளவில் காட்டுபவை காம்ஸ் தோழரின் கதைகள். எனவே, இக்கதைகள் மஞ்சனத்தி மரம் என்று பத்து இடங்களிலாவது வந்தால்தான் அது கரிசக்காட்டு இலக்கியம் எனும் கற்பிதத்திற்கு வெளியே நிற்கின்றன.

வெளிப்புறத் தோற்றங்களைத் துளைத்து ஊடுருவிப்போய் வாழ்வின் சாரத்தை அறியும் நுட்பம் ஆன்மீகத்தினால் வாய்ப்பதல்ல; அது லௌகீகத்திலிருந்து பெறப்படுவது. கண்கள் மீது அப்பிச்செல்லும் காட்சிகளை வழித்தெறிந்துவிட்டு நாம் வேறெதையோ நோக்கி விரைகையில் காம்ஸ் அவற்றை மனதால் பார்ப்பதற்கு இந்தப் பட்டறிவே காரணம்.

வெள்ளந்தியானவர்கள் என்னும் ஸ்டிக்கர் ஒட்டிக் காட்டப்படும் கிராமத்தவர்கள் எந்த அளவுக்குச் சாதிய, ஆணாதிக்க, சொத்துடைமை சார்ந்த பாகுபாடுகளையும் சுரண்டலையும் இயல்பானவை என நம்பி பின்பற்றக்கூடியவர்களாக இருக்கிறார்கள் என்பதைத் தொகுப்பின் பல கதைகள் அம்பலப்படுத்துகின்றன. அதேவேளையில், அவர்களுடைய இயல்பைக் குலைத்துப் போடுவதற்கு அவர்களுக்கிடையிலிருந்தே பூச்சி என்றொரு பெண் பரணில் கிடக்கும் அருவாவையும் வேல்கம்பையும் ஏந்திக்கொண்டு தெருவுக்கு வருவாள் என்பதையும் இக்கதைகள் காட்டுகின்றன.

பூச்சியின் சாயையில் எனக்கு இன்னொருத்தி தெரிகிறாள். வாழ்விடத்திலும் பணியிடத்திலும் துப்புரவுத்தொழில் சார்ந்த 'நகராட்சி வாசனை' அல்லாத ஒரு நறுமணத்தைக் கனவிலும் நனவிலும் தேடியலையும் துப்புரவுத் தொழிலாளியின் மனைவியான அவள், பூச்சியைப்போல அருவாவையும் வேல்கம்பையும் தூக்காமல் பொடிமட்டையை எடுக்கிறாள். 'எதுத்து அடிக்க முடியாத தெருவுக்குள்ள எதுக்குடா சினிமாக்காரி மாதிரி பொம்பிள. கொஞ்சம் மினுக்கலக் கொறச்சிக்கங்கப்பா. ஒரு பய மாதிரி ஒரு பய இருக்கமாட்டான்" என்று அருள்வாக்குச் சொல்லும் ஊரில் அவளால் முடிந்தது அதுதான். அவள் சுரைக்காய் விதையின் வெண்மையில் உள்ள தனது பற்களில் மூக்குப்பொடியை அப்பி பழுப்பேற்றி விகாரப்படுத்திக்கொண்டு தன்னை அடையத் துடிக்கும் கங்காணியை நெருங்க முடியாதபடி விரட்டியடிக்கிறாள். தலித் ஆண்களைத் தீண்டாமல் ஒதுக்கிவைக்கிறவர்கள், தலித் பெண்களைக் கண்டுவிட்டாலோ கட்டித்தழுவ பரபரக்கிறார்கள். அவர்களிடமிருந்து தப்ப காரைக்காலம்மையார் டெக்னிக்கைக் கண்டடைந்த உறவுப் பெண்கள் அவளுக்கும் சொல்லிப் பழக்குகிறார்கள். முதன்முதலில் மூக்குப்பொடியேறிய காந்தலில் வீங்கிப்போன ஈறுகளுடனும் உதடுகளுடனும் சுயவதைக்கு ஆளாகி அவள் படும் அவஸ்தையைப் பார்க்கையில் அவள் பூச்சியாக மாறியிருக்க வேண்டும் எனத் தோன்றுகிறது.

பூச்சிக்கிழவி ஏந்திய ஆயுதங்களுக்கு இணையான கூர்மையைக் கொண்டவைதான் ஓவியர் கனியண்ணனின் தூரிகையும் வண்ணக்குழம்பும். மனம் ஒவ்வாத எந்தவொரு வேலைக்கும் இந்த உலகத்தையே விலையாகத் தந்தாலும் புறங்காலால் எத்தித் தள்ளிவிடுகிற நெருப்பும் செருக்கும் கொண்டிருந்த அவருக்குத் தெரிந்திருக்கிறது காளிமுத்து போன்ற அரசியல் செல்வாக்கும் சாதிபலமும் கொண்ட ஒருவனைத் தனது ஓவியத்தால் பணியவைக்க முடியுமென்று.

"சிறப்புப் பூஜை ஆரம்பிக்க இருப்பதால் மேளக்காரர்கள், சமையல்காரர்கள், சுத்தக் குறைவானவர்கள், தீட்டுப்பட்டவர்கள், கீழ்ச்சாதிக்காரர்கள் எல்லோரும் கோயில் வளாகத்தை விட்டு வெளியேறும்படிக்குக் கும்பாபிசேகக் கமிட்டியார் கேட்டுக்கொள்கிறார்கள்" என்ற அறிவிப்பைக் கேட்ட மாத்திரத்தில் அங்கிருந்து யாரோ தன்னை நினைவுக்கெட்டாத தூரத்தில் தூக்கி வீசிவிட்டதைப் போன்ற அவமானத்தில் குன்றி ஒதுங்கும் ஒருவனின் அனாதரவான மனநிலையை யாராவதொரு கனியண்ணனால் வரைய முடிந்தால் அந்த ஓவியம் எப்படி இருக்கும் என்று தொடர்பற்று யோசிக்கிறேன்.

எஸ்.காமராஜ் ● 5

ஒருவர் தனக்கேற்படும் அனுபவங்களிலிருந்து பெற்றுக்கொள்ளும் பாடம் இன்னொருவரைச் சட்டெனப் புரிந்துகொள்ளத் தூண்டுகிறது. அப்படியான புரிதல் ஏற்பட்டதை நேரடியாகச் சொல்லாவிட்டாலும் அவர்களது நடத்தை அதன் உரைகல்லாகிவிடுகிறது என்பதை உணர்த்துகிறார்கள் காம்ஸின் கதை மாந்தர்கள். பசியால் துடித்தழும் குழந்தையை அடக்க தன்னிடம் அடியைத் தவிர ஒன்றுமில்லையே என்று செல்லத்தாயி மருகிக் கிடக்கையில் எதிர் வீட்டு சுந்தரிப்பிள்ளையின் அம்மா பிள்ளைச்சோறு கொண்டுவருகிறாள். அதற்கு காம்ஸ் சொல்லும் காரணம், “இதே ஊரில் இதைவிடவும் மோசமான வறுமையில் ஆறு பிள்ளைகளை பெத்தவளல்லவா அவள்.”

கடன் கேட்டு வந்துள்ள மாரியப்பனிடம் நூறு ரூபாயை நீட்டுகிறவனும், தன்னிடம் நூறு ரூபாயை நீட்டும் நண்பனிடம் முப்பத்தைந்து ரூபாய் போதும் என்று தன் தேவைக்கு மட்டும் பெற்றுச் செல்கிற மாரியப்பனும்கூட அந்த எதிர்வீட்டு சுந்தரிப்பிள்ளையின் அம்மாவுக்கிருந்த அதே மனதைத்தான் கொண்டிருக்கின்றனர். தனக்கொரு காதலன் கிடைத்து அவனோடு இருக்கும்போது கிடைக்கும் ஆசுவாசத்தில்தான், கைம்பெண்ணான தனது தாய் வேறு யாரோ ஒருவருடன் ஆத்மார்த்தமாய் கொண்டுள்ள உறவின் நியாயம் புரிகிறது ஜெனிபருக்கு. இந்தப் புரிதலும் பக்குவமும் எத்தனை பேருக்கு வாய்க்குமெனத் தெரியவில்லை, காம்ஸ் தோழருக்கு வாய்த்திருக்கிறது.

மனிதப் பண்புகளுக்குப் புறம்பான குணநலன் கொண்டிருப்பவர்களை மெலிதான அங்கதத்தால் வலுவாகச் சாத்துவதற்கென்றே நாராயணன், குருபாத தாத்தா, முதன்முதலாக ஆபீஸருக்கான ட்ரெய்னிங்கில் இருக்கும்போது தனக்குக் கொம்பு வளருவதாக உணர்ந்தவன் போன்றவர்களின் கதைகளை எழுதியிருக்கிறார்.

இப்படி எல்லாக் கதைகளையும் நானிங்கே பேசிவிட்டால் நீங்கள் எதைப் படிப்பீர்கள்?

மிக்க தோழமையுடன்

ஆதவன் தீட்சண்யா

11.11.2023.

முதல் பதிப்பின் முன்னுரை

எதோ ஓர் இடத்தில் கதைசொல்லி நம் அருகே வந்து நிற்கிறான்

பாசிப்பயிறும் உளுந்துமாய் செழித்திருந்த நிலம் தரிசாய்க் கிடக்கிறது. ஒற்றையடிப்பாதை முன்னால் நீள்கிறது. புல்லாங்குழல் சத்தம் ஊரையே வருடிக்கொண்டு இருக்கிறது. பொத்திய கைகளுக்குள் பொன்வண்டு குறுகுறுக்கிறது. தலையில் புல்லுக்கட்டும் கைகளில் ஆமணக்குக் கட்டுமாய்ப் பெண்கள் நடந்துபோகிறார்கள். கன்னங்கரேலென்று நின்றுகொண்டிருக்கும் பெரிய வேப்ப மரத்தடியில் உட்கார்ந்து யுகம் யுகமாய் மனிதர்கள் பேசிக்கொண்டிருக்கிறார்கள். பாம்பின் செதில்களைப் போன்ற சுருக்கங்களோடு உட்கார்ந்திருக்கும் பூச்சிக்கிழவியின் கைத்தடி வானுயர எழும்பி நிற்கிறது.

கதைகளிலிருந்து இப்படியான சித்திரங்கள் அலை அலையாய் எழுகின்றன. பழைய பாடல்களின் லயத்தோடு காட்சிகள் இழப்பின் வலியைத் தருகின்றன. வாழ்வின் ருசி உப்பாய்க் கரிக்கிறது. கொதிக்கும் வெயிலில் காலின் சூடாத்திக்கொள்ள கொழுஞ்சிச்செடியில் நிற்பதைப்போல ஒவ்வொரு கதைகளுக்கிடையேயும் நம்மை ஆசுவாசப்படுத்திக்கொள்ள வேண்டியிருக்கிறது.

அருவாளையும் வேல்கம்பையும் ஏந்திக்கொண்டு ஆங்காரமாய் வரும் 'பூச்சிக்கிழவி', வீமன், அர்ச்சுனன், கிருஷ்ணன் ஆகியோரைக் காட்டிலும் மண்ணில் அதிசயமாய்த் தெரிகிறாள். புருஷன் செத்துப்போனாலும் இன்னொருவனோடு மிக இயல்பாய் வாழ்ந்து பிள்ளைப் பெண்டுகளோடு படர்ந்திருக்கும் அவள், நம்பிக்கையை நம் ஒவ்வொருவருக்கும் தந்துவிட்டு நடக்கிறாள். கேப்பை நெரிபடும் தெருவில் தோளில் அழுதுகொண்டு இருக்கும் சேகர் பயலுக்காக சரசு, வீடுகளின் வாசல்களை ஏக்கத்துடன் பார்த்திருக்கும் 'பிள்ளைச்சோறு' இரவின் பாடலாக நம்மைச் சுற்றிச் சுற்றி வருகிறது. பிள்ளைப் பிராயத்தில் ஊரில் தன் கனவு மனிதனாகப் புல்லாங்குழல் வாசித்து, வேதக்கோயில் புறாக்களைப் பிடித்து, கோலிகுண்டுகளைக் குறி தவறாமல் அடித்த மாரியப்பன் இன்று பேருந்து நிலையத்தில் இரக்க முகம் தேடி கைநீட்டி நிற்கிற காட்சியில் கதிகலங்கிப் போகிறோம். தோற்றுப்போன மாரியப்பனைச் சமூகம் நம்முன் நிறுத்திப் பார்க்கிற 'முகம் காட்ட மறுத்தான்' நிறையக் கேள்விகளை எழுப்புகிறது.

"ச்சீய் வழி விடு" என்கிற வேகம் தணிந்து, மூடிய கைகளுக்குள் வலிய சீனிக்கிழங்கைக் கொடுக்கிற 'வனதேவதையும் ரெண்டு பொன்வண்டுகளும்' கவிதைபோல காமத்தைச் சொல்கிறது. எல்லோருக்குள்ளும் கூடுகட்டி இருக்கிற இந்தப் பொன்வண்டு தீப்பெட்டிக்குள்ளிருந்து பறந்து செல்கிறது. காணாமல் போன சாமி முகத்திலறைந்து ஒரு விஷயத்தைச் சொல்கிறது. பிள்ளையாரிடம் தன்னை முழுசாய்க் காட்டுகிற ஒரு பெண்ணின் உக்கிரம் அதிர வைக்கிறது.

வலிய சொல்லத் தேவையில்லாமல் காமராஜுக்கு இயல்பாகவும் உண்மையாகவும் கதை சொல்ல முடிகிறது என்பதும் தெரிகிறது. ஒவ்வொரு கதையும் எதாவது ஓர் இடத்தில் நமக்கு மிக அருகில் வந்து தொட்டுச் செல்கிறது. அதுவே கதை சொல்கிறவனைக் கவனிக்கச் செய்கிறது. பேசுகிறபோது, அனுபவங்களைப் பகிர்ந்துகொள்கிறபோது, அவன் அழைத்துச் சென்ற பிரதேசங்களில் சிலவற்றைத்தான் இந்தத் தொகுப்பின் மூலமாக எல்லோரிடமும் சொல்லியிருக்கிறான்.

இன்னும் சொல்வதற்கு காமராஜிடம் நிறைய இருக்கிறது. இந்தச் சிறுகதைத் தொகுப்பு அதையும் சேர்த்தே சொல்கிறது.

மாதவராஜ்

இந்த நேரத்து நினைவுகளாக...

அந்த ஊரில் ரெண்டு மாட்டு வண்டி, நாலைந்து சைக்கிள், ஒரே ஒரு புஷ் ரேடியோ இவைதாம் மனிதர்களை விட ஒசத்தியானதாயிருந்தன. அவையிருந்த வீடுகள் எப்போதும் அண்ணாந்து பார்க்கப்பட்டன. மற்றபடி மனிதர்கள் எல்லோரும் இரவில் தெருவில் படுத்துக் கனாக் காண்கிறவர்களாகவே இருந்தார்கள். நினைவுகளும் பீடிப்புகையும் மண்டிக்கிடக்கிற மடங்களில் காலம் தள்ளினார்கள். பகலில் கூரைத்திண்ணையில் உட்கார்ந்து பழுப்பு நிறத்தாளில் மங்கிக்கிடந்த விராட பருவம், மகாபாரதம் படிக்கிற அண்ணாமலைக்கிழவன்தான், முதல் படிப்பாளி. கூரைப்பரண் மேலிருக்கிற ரெங்குப் பெட்டிக்குள் பத்திரப்படுத்தப்பட்ட அந்தத் தடித்த புத்தகங்களைப் புத்தகப்பூச்சிகள் தவிர்த்து வேத்தாள் கைபடாமல் பூதமாய்க் காத்துக்கிடந்து மக்கிப்போனான். எதிர்வீட்டுப் பாக்கியக்கிழவி அப்படியில்லை. என்சோட்டுப் பிள்ளைகளையெல்லாம் பக்கத்தில் கிடத்தி அவளிடமிருந்த கதைகளனைத்தையும் அள்ளிக்கொட்டி ஆகாசத்தில் மிதக்க விடுவாள். எல்லாக் கதைகளும் பட்டாபிசேகத்திலும், கல்யாணத்திலும் தான் முடியும். ‘அம்பத்தாறு தேசத்து ராசாக்களும் மந்திரிகளும் வந்திருந்தார்கள். ரெண்டுவாரம் நடந்த கண்ணாளத்துல மிஞ்சின சோத்துப்பருக்கை ஒட்டம்பட்டி மலத்தண்டியிருந்தது. சிந்திக்கிடந்த ரசத்துல எருமை குளுப்பாட்டினாங்க. ஊசிப் போன பலகாரத்தில் கிடந்த புழுக்களை வண்டிகட்டி அள்ளிப்

போட்டாங்க. நேத்துப் போயி இன்னைக்கி வந்தேன், எனக்கு உளுத்தப் பாக்கும் மொரைச்ச வெத்தலையும்தாங் கெடச்சது' என்று சொல்லிக் கதை முடிக்கிற நேரம் எல்லோரும் தூங்கிப்போயிருப்பார்கள். 'அதுக்கப்புறம்' என்று முழித்திருந்தவர் கேட்டால் 'அவரவர் வீட்டுக்குப் போயி மொட்டைக் கூழை மொளகா கடிச்சிக் குடிங்க' சொல்லி ஆகாசத்திலிருந்து இழுத்துக் கூரை வீட்டுக்குள் நிற்க வைத்துவிட்டுத் தூங்கிப்போவாள்.

நிலவுகாலத்தில் சிலம்பு சுத்தச் சொல்லித் தருவார். வேட்டைக்குப் போய்த் திரும்பிவந்து வெருகுப்பூனைக் கறியில் குழம்பு வைக்கச் சொல்லித் தருவார். 'பராசக்தி' வசனத்தை வரிப் பிசகாமல் இடை வரும் இசைக் குறிப்புகளோடு நடித்துக் காண்பிப்பார். குறி சொல்லி ராசா சித்தப்பா வேதக்கோயில் வாசல் படியில் உட்கார்ந்துகொண்டு ஏவீ ஸ்கூல் அண்ணாமலை வாத்தியாரையும், தமிழய்யாவையும் சொல்லி, நாங்கள் நுழையப்போகும் இன்னோர் உலகத்தை, எங்கள் கனவாக இலட்சியமாக இருந்த அந்தச் சாத்தூரைப் பற்றியதான முன் விலாசம் சொல்லிய தேவதாஸ் மாமா, டவுசர் போட்டக் காலங்களில் சிம்ம சொப்பனமாகவும் மீசை அரும்பிய காலங்களில் சைக்கிள் கேரியரில் பின்னால் உட்கார்ந்துகொண்டு இளவட்டமாக மாறி எங்களோடு அலைந்த சோமு வாத்தியார், அவர் போட்ட பானைத் தாளத்துக்கு இசைந்த பாட்டு, தனலட்சுமி தியேட்டர், கடலைத்திருட்டு, ஒரு பெரிய்ய பட்டாளம், எல்லாவற்றிலிருந்தும் பிடுங்கித் திடுதிப்பென ஒருநாள் பாண்டு குடியில் தூக்கிப்போட்டது வாழ்க்கை. ஒரு வங்கி ஊழியனாகச் சாத்தூர் திரும்பி வந்தபோது, 42-பி, எல்.எப் தெரு என்னை ஏந்திக்கொண்டது. நான் பார்த்து வெறித்த கூட்டத்திலிருந்து நிறைய மனிதர்கள் வெளிவந்தார்கள். அண்ணனாக, நண்பனாக, தோழனாகச் சூழ்ந்துகொண்ட அவர்களோடு பாண்டியன் கிராம வங்கி ஊழியர் சங்கமே சொந்த வீடாகியது. கடைசிப் பெஞ்சில் உட்கார்ந்து உணர்ச்சிப் பெருக்கில் கைத்தட்டிக்கொண்டிருந்த எனது கைகளைப் பிடித்திழுத்து த.மு.எ.க.ச.வுக்குள் தள்ளிவிட்டவர்கள் இரண்டு பேர். எனது மாதுவும், தோழர் தமிழ்ச்செல்வனும்.

எல்லோருக்குள்ளும் கதை இருக்கிறது, இசையிருக்கிறது, வாழ்க்கை இருக்கிறது. ஒடிஞ்சு போன வரிச்சுக் கம்பிலிருந்து கூட ஓசை வரும். வலியோடு தடுக்கி விழுந்தவனைக் கூட "அய் குதிச்சிட்டான், என் செல்லம்" என்று சொல்லும் தாயுள்ளம் கொண்ட நண்பர்கள் கிடைக்கப் பெற்றோர் பேறு பெற்றோர்.

தாயோடும் மனைவியோடும் போட்டிப் போட்டு ஜெயிக்கிற நல்ல சினேகிதன் ஆயிரமாயிரம் உன்னதங்களைக் கொண்டுவந்து சேர்ப்பான். அந்த மாது, மூர்த்தி, மாணிக்கவாசகம், முதலாளி செல்வா, கணேசன், விஸ்வநாதன், சூப்பர் மணிவண்ணன், மாமா ஷாஜஹான், தோழர் கிருஷ்ணன், எஸ்.வி.வி ஒரு மூத்த சகோதரனின் கோபத்தோடும் பரிவோடும் என்னோடு பயணிக்கிற அண்ணன் சோலை மாணிக்கம், தம்பி கார்த்தி, லஷ்மிகாந்தன், தம்பி நாசலு, சங்கர். அப்புறம் ஆதித்தோழர் பூத், ராஜ் டிஜிட்டல், ப்ரியா ஸ்டுடியோ, *செம்மலர், விழுது, புதுவிசை, BWU,* அண்ணன் மாரீஸ், உதயசங்கர், ஆதவன் தீட்சண்யா, வம்சி நிறுவனம். இப்படி எனது கடந்தகாலமும் நிகழ்காலமும் நண்பர்களால் மட்டுமே சூழ்ந்துகிடக்கிறது. கிராமத்துக் கல்யாணப் பத்திரிகையில் வரும் சொந்தங்கள் போல நீளுகின்ற அன்பு பட்டியலுக்குள்ளேதான் நானும் எனது நினைவுகளும். முதல் வாசகியும் எனது மனைவியுமான சுகந்தி இந்தப் பட்டியலில் முதலும் கடைசியுமாக உள்ளாள்.

அவர்களோடு பேசிய, பேசுகிற விசயங்களில் மிஞ்சியவையே இந்தக் கதைகள். தீராத் தாகமெடுத்து அலைந்தபோது கிடைத்த தண்ணீர் போன்ற இந்த எழுத்தின் ஊடாகக் கொஞ்சம் வாழ்க்கையையும் பதிவு செய்திருக்கிறேன்.

எஸ்.காமராஜ்

4/140, குயில்தோப்பு, சாத்தூர் - 626 203.
skaamaraj372@gmail.com

பொருளடக்கம்

பூச்சிக்கிழவி	15
பிள்ளைச்சோறு	22
நொய்ந்த மனிதர்கள் நொய்ந்த கனவுகள்	30
முகம் காட்ட மறுத்தான்	38
இன்னொரு கதை	46
முத்துச்சாமி ஓர் அப்பாவி	57
மஞ்சுவிரட்டு	63
பிஞ்சைக்காவல்	71
அடமானம்	74
ஒரு வனதேவதையும் ரெண்டு பொன்வண்டுகளும்	80
அதனினும் கொடிது	85
மறுதோன்றி நினைவுகள்	90
பசி	99
கொம்பு	108
காணாமல் போன சாமி	114

பூச்சிக்கிழவி

"இந்தா வாரேன்... பிள்ளைகளா... பெசாசுக, ஒங்காத்தாமாரு ஒங்கள எந்த நேரத்துல பெத்தாளுக" உட்கார்ந்த இடத்திலிருந்து கையை அரை வட்டமடித்துத் தடவி ஊனுகம்பைத் தரையில் தட் தட் என்று பலங்கொண்ட மட்டும் அறைந்தாள். இருந்த நாலைந்து பேரும் கலைந்து ஓடிவிட்டார்கள். அவனும் அமல்ராஜும் கிழவியின் ஊனுகம்புக்கு எட்டாத தூரத்தில் பத்திரமாகப் பதுங்கிக்கொண்டார்கள்.

"கம்ப தூக்கிட்டு ஓடிருவமா?" அமல்ராஜ் குசுகுசுத்தான்.

"ஏ பாத்துடா, மாட்டுனமுன்னா அன்னைக்கி ஊச்சி மூக்கனுக்கு உழுந்த மாதிரி உழுந்துரும்."

அமல்ராஜ் பூனைபோல எட்டெடுத்து வைத்து ஊனு கம்பை எடுக்கப்போனான். கிழவி சுதாரித்துக் கொண்டாள்.

"சித்திரைக்குப் பொறந்த பயகா, வாங்க... ஒங்காத்தாமாரு குடுத்த சேனையக் கலக்குறன்" ஆங்காரத்தோடு தட்டுத்தடுமாறி எழுந்தாள்.

"ஏ குசும்பா ஓடியாந்துரு"

"யார்ல யாரு, அஞ்சன் பேரனா... ஏலே நீயுமாடா?"

கிழவி குரலை இறக்கி உருக்கமாகக் கேட்டது. தங்கராசுவை என்னவோ செய்தது.

உலகத்திலே மூனே மூனுபேர்தான் அவனைப் பேர் சொல்லிக் கூப்பிடுவார்கள். அம்மா, பள்ளிக்கூட வாத்தியார், அப்புறம் கமலா சித்தி. அந்த ஊரிலே பத்துவரைப் படித்த ஒரே பெண் கமலா.

ரொம்ப அழகாயிருப்பாங்க. "தங்க...ரா...ஜ்" சொல்லிக் கூப்பிடும்போது அவனுக்கே ரொம்ப இனிமையாயிருக்கும்.

மத்தபடி எல்லோருக்கும் அவன் குசும்பன்தான். அவன் கூட்டாளிகளையும் சேர்த்து அவனது பட்டாளம் குசும்பன் பட்டாளம் ஆனது.

செத்த பாம்பைப் பாதுகாத்து ஊரடங்கியதும் தண்ணிக் கிணத்துப்படியில் போட்டுவிடுவார்கள். செங்க மங்கலா இருக்கும்போது பொம்பளைகள் அலறியடித்துக்கொண்டு ஓடுவதை ரசிப்பார்கள். மொளகாச்செடிக்குப் பாஞ்சுக்கிட்டிருக்கும் தண்ணியெ தென்ன மரத்துக்கும் பூச்செடிக்கும் திருப்பிவிடுவார்கள். கரட்டாண்டி பிடித்து மூக்குப்பொடி போட்டு ஆட வைத்துப் பார்ப்பார்கள். பூச்சிக்கிழவியைக்கூட இப்படித்தான் படாத பாடுபடுத்துவார்கள். கூரைத் தாவரத்தில் முடங்கிக் கிடப்பவளைச் சீண்டுவதில் அவர்களுக்குக் கொள்ளை ஆனந்தம். கஞ்சிச்சட்டியை எடுத்து ஒளித்து வைப்பது, ஊனுகம்பைப் பிடித்து இழுத்துவிட்டு மூச்சுவிடாமல் கிழவிக்குப் பின்னால் நிற்பது, வெத்துப்பொடி மட்டையில் தெருப்புழுதி தெள்ளிப்போட்டு ஏமாத்தவும், கிழவி "த்தூ... த்தூ" எனத் துப்பிவிட்டு, மூனு தலைமுறைக்கும் சேத்துவைத்துக் கொடமாணம் கொடுப்பாள். "அந்த மகனே இந்த மகனே" எனச் சொல்லித் திட்டும்போது கெக்கலிட்டுச் சிரிப்பார்கள்.

பள்ளிக்கூடம் இல்லாத லீவுக் காலங்களில் அவர்களுக்குத்தான் வேறென்ன வேலையிருக்கிறது. ஊரைத் தாண்டி கண்மாய்க் கரை. புளியம்பழம் பறிக்கலாம், மரத்திலேறி காக்கா வெரட்டலாம், தகதகவென மின்னிக்கிடக்கும் கண்மாய்த் தண்ணியில் விழுந்து கிடக்கலாம். கரையிலிருந்து ஊர்வரை பசேரென்று விரிந்துகிடக்கும் வயக்காடு. கமலா சித்தியின் உச்சி வகிடு மாதிரி வாய்க்கால். அருகம்புல் சுற்றிய தண்டவாளம் மாதிரி வரப்புகளில் விழுந்துவிடாமல் பேலன்ஸ் பண்ணி நடக்கலாம். இவை போதாதென்றால், இருக்கவே இருக்கிறாள் பூச்சிக்கிழவி.

பூச்சிக்கிழவி பழுத்த கிழவி. நீளமான கால்களிலும் கைகளிலும் பச்சை நரம்புகள் புடைத்திருக்கும். உடம்பு முழுவதுமுள்ள சுருக்கங்கள்

பாம்பின் செதில்கள் மாதிரி பளபளத்திருக்கும். பொடிப்போட்டுக் காவியேறிய பற்களும் ஈறுகளும் பார்க்க கம்மாப்பட்டிப் பெருமாள் கோயிலில் வெள்ளையடித்த மாதிரி இருக்கும். தலைமுடி முழுக்க நரைத்துப் பஞ்சுப்பொதி மாதிரி இருக்கும். மருந்துக்குக்கூட கருத்தமுடி கிடையாது. பிராயத்தில் கிழவி வாட்ட சாட்டமான உயரத்தில் ஆம்பிளை போலிருந்திருக்க வேண்டும்.

சில நேரம் தங்கராசுவுக்குப் பிடிபடாமல் இருக்கும், கிழவி சந்துக்குள்ளிருக்கிற வீட்டுக்குள்ளிருந்து விடுவிடுவெனத் தெருவுக்கு வந்து கண்ணிருக்கிறவங்களவிடத் தெளிவா நடந்து போறதும், மாரியப்ப நாடார் கடையில் பொடிமட்டை வாங்கி மீதிச் சில்லறையைக் கரெக்டா தடவித் தடவி வாங்குறதும் எப்படி என்று அடைபடவில்லை. பழக்கப்பட்ட ஆளு வந்தா டக்குனு பேரைச் சொல்லுவது பள்ளிக்கூடத்தில் மேஜிக் பாத்த மாதிரி இருக்கும். தங்கராசுவும் சில நேரங்களில் கண்ணை மூடிக்கொண்டு நடக்க எத்தெனிப்பான். பத்து எட்டு வைக்குமுன் தோற்றுப்போவான். கிழவிக்கு இந்த ஊரோடு எண்பது வருச அனுபவம் என்பதை தங்கராசு அறிந்திருக்க நியாயமில்லை.

ஊரிலிருந்து பத்து மைல் தொலைவுக்கு எந்தப் பிஞ்சை யாருடையது என்ற விவரங்கள் அவளுக்கு அத்துபடி. யார் தோட்டத்துக்கு வரப்பெது, மால் எது எனும் விவரக் கணக்குகளில் வி.ஏ.ஒ. கூடத் தோத்துப்போவான்.

விதை போட, களையெடுக்க, அறுக்கப் போக குமரிகளும் தொட முடியாத வேகத்தில் லொங்கு லொங்கு என்று அலைந்தவள். ஆண்களோடு போட்டிப் போட்டுக் கல்லுடைப்பாள், குழியடிப்பாள். சில நேரம் பீடிக்கூடக் குடிப்பாள். ஊரில் நடக்கிற எல்லா நல்லது கெட்டதிலும் அவள் தலையில்லாமல் இருக்காது. சிங்கம்மாக்கிழவி செத்தப்ப மகன் மெட்ராசிலிருந்து வர ரெண்டு நாளானது. நாத்தமெடுத்த பொணத்துப் பக்கத்தில் யாரும் போகவில்லை. கிழவிதான் முகஞ்சுளிக்காமல் காரியமெல்லாம் பண்ணினாள். இந்த ரெண்டு வருசமாத்தான் கண்ணு மங்கிப்போய் கூரையே கதியென்று கிடக்கிறாள். அப்பப்போ செவனிக்கிழவியிடம் போய்ச் சூரங்குடியைப் பத்தி விசாரித்துக்கொள்வாள்.

“ஏ செவனி... உப்புமூலப் பிஞ்சையில என்ன வெள்ளாமடீ”

“என்னமோ நித்திகல்யாணியாம். ஆமா, அதக் கேட்டு என்ன செய்யப் போறே?”

“ஏக்கி, இதென்ன கருமம். அது வெசமில்ல, பூமி என்னத்துக்காகும்.” முடங்கிக் கிடக்கிற தாவரத்தைத் தவிர ஒரு பொட்டு நிலம் கிடையாது அவளுக்கு.

“அத யாருக்கா பாக்கா, துட்டு கணம்மா கெடைக்கில்ல”

“ஆமடி, பொங்கலு எப்ப”

“என்ன நீயி போயித்தாங் கெரகாட்டங் கெட்டப் போறயாக்கும். அது கெடக்கு ரெண்டு மாசம்”

“ஏடீ அந்த மொட்டயம் மருமகா சீதேவி கெணக்கா இருக்காளாமில்ல.”

“அதயேங் கேக்க, இந்தக் கூலுப்பான வகுறனுக்கு வாக்கப்பட்டு... ம்ம்...”

இப்படியே பேச்சு நீண்டுகொண்டே போய்க் கடைசியில் ‘என்னக்கி பொழப்பு கஞ்சிக்குந் தண்ணிக்கும் தடவித் தடவி... இந்தப் பாழாப்போன கடவுளுக்கு நம்மளக் கூப்பிடத் தேரமில்ல” தொண்டை கரகரக்கிற குரலில் சொல்லும்போது அவளது பூழை சாடிய கண்களில் நீர் கோக்கும். தங்கராசு கூட கிழவியின் இந்த அழுகிற அவதாரத்தைப் பார்த்திருக்கிறான்.

அதெல்லாம் அவனுக்குச் சினாய்க்கவில்லை, மனசுக்குள் நிக்கவுமில்லை. ஆனால், இன்றைக்கென்னவோ பூச்சிக்கிழவியின் ‘நீயுமாடா...’ குரல் திரும்பத் திரும்பக் கேட்டுக்கொண்டே இருக்கிறது. களத்தில் வைக்கோல் படப்பில் ஏறி விளையாண்டு அரிப்பெடுத்தது. அம்மாவின் வசவோடு அரைப்பானைத் தண்ணியில் குளித்து, களியுங் கருவாடும் திண்ணு கைகழுவ முந்தியே தூக்கம் சொருகிக்கொண்டுவந்தது. பாட்டியின் பக்கத்தில் படுத்துக்கிடந்தபோது பூச்சிக்கிழவியின் குரல் திரும்ப வந்து தொந்தரவு பண்ணியது.

சூரங்குடி ஏழு எட்டு மணிக்கெல்லாம் அடங்கிப்போகும். வெயிலில் குளித்த உடல்கள் வாசல் பக்கம் தலை வைத்துத் தெருவில் கால்நீட்டும். சிம்னி விளக்குகள் ஆளில்லா வீடுகளுக்குள் அரைத் தூக்கத்தில் விடிய விடிய முழித்திருக்கும். காட்டு வேலைக்குப் போகாத வீடுகளில் தூக்கம் பிடிக்க நேரம் பிடிக்கும். எப்போதும் போல பாட்டிமார்கள் பேரக் குழந்தைகளுக்குக் கதை சொல்வார்கள். கதை கேட்பதில் தங்கராசுவுக்கு அவ்வளவு ஆனந்தம். தரைச்சூடு ஏறாமலிருக்க சாக்கு விரிப்பின் மேலே பழைய சேலை மடித்து விரிக்கப்பட்டிருக்கும். பாட்டியின் வேர்வை

வாசத்தோடும் வெற்றிலை வாசத்தோடும் கதை தொடங்கும்போது தங்கராசுவின் கனவுகள் விரியும். நம்ப முடியாத அளவுக்குக் குள்ள உருவங்கொண்ட சுண்டெலியண்ணன் ஒரு சாம்ராஜ்யத்தையே மடக்குவான். அண்டரெண்டாப்பட்சியின் முதுகில் ஏறி, ஏழு மலை, ஏழு கடல் தாண்டி ராஜகுமாரன் ஒரு ராட்சசனைக் கொல்வான்.

தங்கராசு ராஜகுமாரனாவான். இராமாயணத்தில் சீதையின் அழகைப் பற்றிச் சொல்லும்போது கமலா சித்தி ஞாபகம் வரும். நல்லதங்காளின் கடைசிப் பிள்ளையாகி கிணற்றில் விழுந்து அலறுவான். பாட்டிக்கு எட்டிய மகாபாரதம் கேட்பான். இன்றும்கூட மகாபாரதம் வேண்டிக்கேட்டான்.

“ஏம்ல, அந்தப் பூச்சிக்கெழவியப் போயி தெனந்தெனம் தொயரம் பண்ணுதிகளாக்கும்” பாட்டி கேட்டாள். தங்கராசு பேசாமலிருந்தான்.

“ஏ பாவண்டா, நாளக்கி எனக்கும் கண்ணுபோச்சின்னா”

“...............”

“ஆமாடா அவ யாருன்னு நெனச்சீக... இன்னைக்கி அவ கூனிதா, குருடிதா. அவ கத தெரியுமா. அவ லேசுப்பட்ட கெழவியில்ல, அவாட்ட ஆம்பள தோத்துப் போவான். பெராயத்துல செகப்பா ஓங்குதாங்க இருப்பா தெரியுமா...? இந்தூர்ல ஆறு கொல நடக்க அவதாங் காரணம்.

“ஊர் மடத்துக்கிட்ட ஒரு கட்டச்சொவரு நிக்கில்ல... அந்த வீட்ல ஆறண்ணந்தம்பிக இருந்தாங்க, இடுமந்தடியங்கெணக்கா. பொல்லாத போக்கிரிக, ஊரையே ஆட்டிப்படைச்சாங்க. ஒண்ணா ரெண்டா எத்துன அநியாயம். ஆத்தா மாரிக்கே பொறுக்காது, அம்புட்டு அட்டூழியம். ஆடு கோழி கண்ணுல பட்டாக்க ரோமமும் தோலுந்தான் மிஞ்சும். சம்சாரிக வெள்ளாம எடுத்து வீடு சேக்க முடியாது. ராவோட ராவா அழிமாண்டஞ் செஞ்சிருவாங்க. பஞ்சாயத்தக் கூட்டுனா வெட்டுக்குத்து வந்துருமின்னு நயந்த வார்த்த சொல்லியே காலங்கழிஞ்சது. வீடு மொழஞ்சி அநியாயம் பண்ணுவாங்க. ஒண்ட சொல்லக்கூடாது, ஆளான பொட்டச்சிக கொலையக் கையில பிடிச்சிக்கிட்டுத்தா அலைவாளுக. கண்ணுல பட்டாத் தொலஞ்சது.

ஊர்ல பூச்சிக்கெழவி குடும்பம் ரொம்ப நாயமான குடும்பம். தாட்டிக்கமான குடும்பமுந்தான். வேத்து சாதிக்காரங்க, வெளியூர்க்காரங்க அவங்க வீட்லதான் நாயங் கேப்பாங்க. பூச்சிக்கு ரெண்டண்ணந்தம்பி. அவுகளுக்கு ரொம்பச் செல்லம்.

வென வந்து சேந்தது கம்மாப்பட்டிக்காரப் பொம்பளையக் கையப்பிடிச்சி இழுத்ததாலதான். காட்டுக்குப் பருத்தியெடுக்க வந்த நாய்க்கரம்மாவ வெரட்டியிருக்காங்க பாவிப்பயலுக. அந்த வழியா வந்த பூச்சியோட அண்ணன் தூங்கனோட கால்ல அந்தம்மா உழுந்துருக்கு. தவிச்ச வாயிக்குத் தண்ணி தரவே போனியத் தூக்கிக் கையில ஊத்துற மேச்சாதிப் பொம்பள கால்ல கெடந்தத தாங்க முடியாம வெட்டுனவங்களோட மல்லுக்கு நின்னுருக்கான். ஆறுபேருல்ல, கைகலப்பு வந்துருச்சி. தூங்கனுக்குக் கம்பு சுத்த தெரியும். அந்த வித்தையை வச்சு தாக்காட்டிருக்கான். ஒரு பாவி வயித்துல வேல்கம்பச் சொருகிட்டான். குத்துப்பட்ட எடத்த தலத்துண்ட வச்சிக் கட்டிக்கிட்டுத் தப்பியோடி வீட்டுக்கு வந்துட்டான். வந்து விழுந்து கிடந்துச்சி. கண்ணு நெலகுத்திப் போச்சு. ஊரே கூடி குய்யோ முறையோன்னு வண்டிகட்டி டவுன் பெரியாஸ்பத்திரிக்குத் தூக்கிப் போனாங்க. பெரிய டாக்டர் ஆறுமணி நேரங்கழிச்சுத்தான் உறுதி சொல்ல முடியுமின்னுட்டாரு.

எங்கொலையே, எம்பெறப்பேன்னு நெஞ்சிலடிச்சிக்கிட்டுக் கெடந்த பூச்சிக்கு அந்த ஆங்காரம் எப்பிடி வந்ததோப்பா. அந்தானக்கி எந்திரிச்சி ஊருக்கு ஓடியே போனா.. பரணுமேல கெடந்த அருவா, வேல் கம்பும் எடுத்துக்கிட்டுத் தெருவக்கு வந்தாளா, வந்து சத்தங்குடுத்தா. ஊர்த் தெரண்டிருச்சி. ஆணும் பொண்ணும் கம்புங்கத்தியுமா நெலையழிஞ்சி நின்னாங்க. சமாதானஞ் சொன்னவகளத் தள்ளிவிட்டுட்டு, அருளு வந்தவ கணக்கா உடம்பக் குலுக்கி தாறுமாறாக் கத்தினா. சேலைய உருவி சமாதானம் பண்ணவங்க மூஞ்சியில எறிஞ்சா. ஊரே அடங்கிப்போச்சி. பிறகு அவா பின்னால படை தெரண்டு போனாங்க.

வீம சேனங்க மாதிரி இருந்த ஆறுபேரும் அலறிப்பிடிச்சி உசுர காப்பாத்த ஓடுனாங்க. முன்னக்கூடியே எளந்தாரிக ஊரைச் சுத்தி நிக்க ஆறு பேரு கதையும் முடிஞ்சி போச்சி."

அதுவரை உம் கொட்டாமல் பிரமிப்போடும் பயத்தோடு கதை கேட்ட தங்கராசு மெல்ல "அப்புறம்" என்றான்.

"பெறகென்ன... வழக்கம்போல போலீசு வந்து ஊரோடப் பிடிச்சிட்டுப் போயி, அந்தமான்லயும் பாளைங்கோட்டையிலயும் அடைச்சது. நாலஞ்சி வருசங் கழிச்சி சொதந்திரத்துக்காக ரெம்ப பேர விடுதலை செஞ்சது. பூச்சியோட புருசன் போலீஸோட போனவன் போனவந்தான் திரும்பல.

இப்ப இருக்கிற கருப்பசாமி கெழவனும் அப்ப பொண்டாட்டியப் பறிகுடுத்து நின்னிருந்தான். ரெண்டு பேருஞ் சேர்ந்துகிட்டாங்க. பின்ன என்ன, நாலு பிள்ளப்பெத்துக் கல்லொடைச்சி, களையெடுத்து வகுத்த கழுவி இந்தா, இப்ப மகராசிக்கு எம்பது வயசாச்சி. மொடங்கிப்போயிட்டா."

சுண்டெலியண்ணன், ராமர், வீமன், அர்ச்சுனன் எல்லோரும் தங்கராசுவின் நினைவிலிருந்து மங்கிப்போனார்கள். அண்ணாந்து நட்சத்திரங்களைப் பார்த்து பூச்சிக்கிழவியை நினைத்துக்கொண்டான். பயமில்லாமல் எழுந்து ஒத்தையிலே போய் ஒன்னுக்கிருந்தான். திரும்பவந்து பூச்சிக்கிழவியின் நினைவோடு தூங்கிப்போனான்.

சுள்ளென்று முகத்திலறைந்த வெயில் தங்கராசுவின் தூக்கத்தைக் கலைத்தது. தெருவில் கதை கேட்டவன் திண்ணையில் படுத்திருந்தான். அம்மா படுக்க வைத்திருக்க வேண்டும். சோமு வாத்தியார் வீடு தாண்டி நடந்தான். ஊர், மம்பட்டி செதுக்கிகளோடு வழக்கம் போல இயங்கிக்கொண்டிருந்தது. அம்மா கஞ்சி கரைத்துவிட்டு அவனைத் தேடியபோது தங்கராசு பூச்சிக்கிழவியின் அருகில் நின்றிருந்தான். கிழவி அரவம் கேட்டு எழுந்தாள்.

"ஆரது?"

"நாந்தாம் பாட்டி"

"யாரு அஞ்சன் பேரனா"

"ஆமா"

பூச்சிக்கிழவிக்கு இவ்வளவு பக்கத்தில் அவன் ஒருநாளும் நின்றதில்லை. அவளுக்குப் பக்கத்தில் சலனமற்றுக் கிடந்த ஊனுகம்பைப் பிரமிப்போடு பார்த்துக்கொண்டிருந்தான்.

பிள்ளைச்சோறு

பஸ்ஸிலிருந்து இறங்கி நடந்தாள். ஒத்தையால் தாண்டியதும் ஓடைவழியே ஒரு பர்லாங் தூரம் அடுத்து வள்ளிமுத்து நாடார் பிஞ்சை மேட்டில் ஏறியதும் கண்ணுக்கெட்டிய தூரம்வரை செவக்காடு மூளியாய்க் கிடந்தது. ஒத்தையடிப் பாதை அவளுக்கு முன்னால் நீண்டுகொண்டே போனது. கனி மொதலாளி தோட்டத்துத் தென்னை மரம் ரெண்டும் சூரங்குடியின் நுழைவு வாசலாகத் தெரிந்தது.

சரசுகூட பஸ்ஸில் வந்த புதுச்சோடி நிலா வெளிச்சத்தில் நடந்த மாதிரி அன்னநடை நடந்துவந்தது. சித்திரை வெயில் தரையிலும் தலையிலும் கொதித்தது. ஒவ்வொரு பிஞ்சை தாண்டியதும் எதாவதொரு கொழுஞ்சிச் செடியிலோ வரப்பிலோ மிதித்துச் சூடாத்திக் கொண்டாள். செருப்பிருந்தால் தேவலை. ஆனால், அதுக்கெல்லாம் ஏது குடுப்பினை. தோள்பட்டையில் ரவிக்கை குளிர்ந்து நசநசத்தது. சேகர் வாயிலிருந்து கோழை வடிந்திருக்க

வேண்டும். அவன் மேல் போத்தியிருந்த முந்தானையை விலக்கிவிட்டு வலது தோள்பட்டைக்குத் தூக்கம் கலையாதபடிக்கு மாத்திப் போட்டாள். ஊசி போட்டதும் துடிதுடித்து அழுதவன் பஸ் புறப்படும் வரையிலும் நிறுத்தவில்லை. அழுத களைப்பிலும் பஸ்ஸின் வேகத்திலடித்த குளுந்த காத்திலும் தூங்கிப்போனான்.

இந்த சேகர் பயதான் எப்படி மாறிப்போனான். ஆறுமாதப் பிள்ளையாய் இருக்கும்போது பருத்திப்பொதி மாதிரி மெத்து மெத்துன்னு இருப்பான். மேலுக்கு ஊத்துனா தண்ணி திரேகத்துல ஒட்டாது, பவுடரடிச்சி திஸ்டிப்பொட்டு வச்சு வெளியே தூக்கியாந்தா நீயி நானுன்னு போட்டிப் போட்டுக் கொமரிப்பிள்ளைக தூக்கிப் போவாளுக. அந்தக் கருத்த ராமலச்சிமி வெலமெடுத்தவா பல்லு பதியக்கடிச்சி வச்சிருவா. ஏண்டிண்ணு கேட்டா 'நா பிள்ளப் பெத்த பெறகு நீ வேண்ணா ரத்தம் வரக் கடிச்சி வச்சிக்கோ'ன்னு சொல்லுவா. வெக்கங் கெட்டவா. அது மட்டுமா, நேரங்காலமில்லாம கதவத் தட்டிட்டு 'புருசனுக்கும் பொண்டாட்டிக்கும் அதுக்குள்ள பொறுக்கலயா'ன்னு மேக்குருத ஏறுவா. லாஞ்சனையில்லாத சிறுக்கி.

அவளுக்கொரு மால பூக்க மாட்டுக்கு. அவ மட்டுமா செவத்த மாரி, குனுக்குப் போட்டவா, ஒல்லி விஜயா, கன்னிமரியா எல்லாரும் இப்பிடித்தான். ஆனாலும் பிள்ளையைத் தூக்கிட்டுப் போகிற அந்த நேரத்துல கைவேலையெல்லாம் முடிச்சிரலாம். நேரங்காலம் தெரியாம மார்ச்சேலையைப் பிடிச்சி இழுக்கிறதும், தாலிக் கவுத்தில கெடக்குற ஊக்கப் பிடிச்சி வெளயாடுறதும், மூஞ்சப் பிராண்டி வக்கிறதும் வலிச்சாலும் சந்தோசமா இருக்கும். சேகரோட அப்பனும் இப்படித்தான்.

அந்த மனுசன் சீலுத்தூருக்குப் போயி திங்களோட திங்கள் எட்டு, இன்னைக்குச் சனி பதிமூனு நாளாச்சு. ராத்திரி கடசிக் காருக்கு எப்பாடு பட்டாவது வந்து சேந்துரும். வெள்ளை மேகத்துக்குள் சூரியன் போய் வெயில் குறைந்தது. லேசான மேக்காத்து முகத்திலடிக்க தோளில் கிடக்கிற சேகரின் முகத்தை உரசிக்கொண்டாள்.

சேகரப்பனுக்கு சேகருன்னா உசுரு. ஏத்துன பிள்ளய எறக்க மாட்டான். ஒடைக்குப் போனாக்கூட தூக்கிக்கொண்டு போவான். அந்த மனுசன் இருந்தா துணி துவைக்க, வீடு மொழுக, கறிக்கொழம்பு வைச்சது போகவும் நேரம் மிச்சமிருக்கும். அந்த நேரத்துல சேகர் பய தூங்க மாட்டானான்னு

தோணும். அவனுந்தான் என்ன செய்வான். ரெண்டு வாரம் அப்பன் மூஞ்சப் பாக்காத பிள்ளை, கெடந்து ரப்பரா ஒட்டிக்கிருவான். ஒரு நா மூஞ்சிக்கு நேராவச்சிக் கொஞ்சும்போது வாயில மோண்டு வச்சிட்டான். அதுக்கு மனுசன் கெக்கெகேன்னு கெடந்து சிரிச்சான். சீதையக்கா புருசன் மாதிரியா, அந்தாளு சொந்தப் பிள்ளைக்கு மூக்கு ஒழுகுனாக்கூடத் தொட்டுத் தூக்கமாட்டான். வெள்ள வேட்டிச் சட்ட போட்டன்னக்கி அழுக்கு ஒட்டிருமுன்னு பிள்ளய வாங்கமாட்டான். நாம குடுத்து வச்சவதான். ராத்திரிக்கி ஓலக் கொட்டான் மணக்க சேவு, கருப்பட்டி முட்டாயி, மல்லியப்பூவோட வந்து உழுந்துரும். அடிவயித்துல இருந்து தொண்டக்குழி வரைக்கும் கரண்டு ஏறுன மாதிரி இருந்தது.

உள்ளூர்ல மழ தண்ணி இல்லாததால வேல வெட்டி கெடைக்கல. அப்படியெ கெடைச்சாலும் கம்மம்புல், கேப்பதாங் கூலி. சேகர் பய இப்பல்லாம் சோறு திங்க ஆரம்பிச்சிட்டான். கம்மங்கஞ்சி கூழுன்னா ஒடம்புக்கு ஒத்துக்காம வயித்தால போகுது. வீடுவீடாகப் போயி பிள்ளைச்சோறு குடுன்னு தொண்ணாந்துகிட்டு நிக்கணும்.

சரசக்கா வீடு, மில்டிரிக்கார வீடுன்னு எத்துன நா வாசல்ல போயி நிக்க. சரசக்கா தங்கமானவ. சட்டில கெடந்தா இல்லங்காம அள்ளித் தருவா. மில்டிரிக்கார வீட்டுக் கெழவி 'வந்துட்டாளுக பச்சப் பிள்ள பேரச் சொல்லி இவளுக வயித்த ரெப்ப, இந்தப் பொழப்பு எதுக்கு'ன்னு சாட மாடயா பேசுவா. அவர்ட்ட சொன்னதுக்கு மனுசன் ராத்திரிப்பூராந் தூங்கல. விடிஞ்சதும் சுந்தராசு கொத்தனார்ட்ட துட்டு வாங்கிக்கிட்டுச் சீலுத்தூருக்குக் கல்லொடைக்கப் போயிட்டான். சேகரையும் என்னையும் விட்டுட்டுப் போக மனசில்லாம மருகி மருகி நின்னான். பொழப்பிருக்கில்ல, போயிட்டான்.

ரெண்டு வாரத்துக்கொரு தடவ வந்துருவான். வந்தா சனி, ஞாயிறு கறிதான் சோறுதான். திங்கக்கிழம குடுத்துட்டுப்போற துட்ட வச்சி ஏழெட்டுநாள் சோறு வடிக்கலாம். பெறகு பழய குருடி கததான். இந்த சேகர் பயலுக்கு ஒரு மாசமா மேலுக்குச் சேட்டமில்லாமப் போகுது. பாவம் அப்பன் மூஞ்சியப் பாக்காம ஏங்கிட்டானோ என்னமோ, சளியுங்காய்ச்சலுமா கெடந்து நோஞ்சு போனான். தர்மாஸ்பத்திரி டாக்டர் டானிக்கு, மாத்திர குடுன்னு ஒரு செமைக்கு எழுதிக் குடுத்துட்டாரு. தெனந்தெனம் பால்பவுடர், முட்ட குடு இல்லாட்டி பருப்புஞ்சோறுமாவது குடுங்காரு.

இங்க யென்ன கப்பலா ஓடுது. வீடு வந்தது. கம்மந்தட்ட வச்சு மேஞ்ச கூரை. செம்மண்ணும் கல்லும் சேர்த்துக் கட்டிய சுவர். கால் நீட்டிப் படுத்தா சுவர் தட்டும் பத்துக்குப் பத்து விசாலம். நிமிர்ந்து நுழைந்தால், தலையைத் தட்டும் அஞ்சடிக்குக் குறைச்சலாக ஒரு சாம்பல் நிறக் கதவு. தாழ்வாரத்துக்குக் கம்பையும் நாராங்கியையும் இணைத்துக் கட்ட ஒரு கொச்சக்கயிறு. அதுதான் பூட்டு. சேர்த்து வச்சுக் கட்டினால் இரண்டு சாக்குப்பைக்குள் அடங்கிப்போகும் ஈயப் பாத்திரங்கள் தவிர கல்யாணத்துக்குக் கொடுத்த ஒரு பச்சைக் கலர் ரெங்குப்பெட்டி, கல்யாணத்துக்குப் போட்டுவிட்ட மாங்காத் தோடு கம்மல். இப்போது லைசாண்டர் மாமங்கிட்ட அடகு கிடக்கு. இந்தச் சொத்துக்குக் கொச்சக்கவுறே போதும், அதுவும் அந்த வள்ளி முத்து தாத்தா வீட்டுச் செவல நாயிக்குப் பயந்துக்கிட்டுதான். பரட் பரட்டுன்னு வீட்டப் பெருக்கினாள் சாணித்தூசியோடு குப்பை பெருகியது. வார செவ்வாய்க்கிழமைக்கு வீட்டை மொழுக வேண்டுமென்று கங்கணம் கட்டிக்கொண்டாள். எதிர்வீட்டு வாசலில் சுந்தரப்பிள்ளை நனைய வச்ச அரிசியைத் தின்றுகொண்டிருந்தாள் சரசக்காவின் மகள். கல்யாணமான புதுசில் ஓய்வொளச்சல் இல்லாம இந்தப் பிள்ளையைத்தான் தூக்கி வச்சிக்கிட்டு அலைஞ்சாள். அப்பல்லாம் சேகர் பயல மாதிரி கொழுகொழுன்னு இருப்பாள். இதமாதிரி ஒரு பொம்பளப் பிள்ளையைப் பெத்தெடுக்க வேண்டுமென்ற கனாவெல்லாம் கண்டிருந்தாள். இதே பரட்டைத்தலையும் அழுக்குப் பாவாடையும் கட்டிக்கிட்டுக் கூலிக்கார வீட்டுப் பிள்ளையாயிருச்சி. பெறக்கயில கழுதக் குட்டிகூட அழகாயிருக்குமின்னு சொல்ற சொலவடை பொய்யில்லை.

“ஏடி ஏ கொமரி ஒங்கம்மயக் காணம்”

“................”

“ஏ... ஒன்னயத்தான்”

“கதக்கி” ரெண்டு மூணு அரிசி தெறிச்சுக் கீழே விழுந்தது. மண்படாத ஓர் அரிசியை எடுத்துத் திரும்பவும் வாய்க்குள் போட்டுக்கொண்டு செல்லத்தாயை முறைத்தாள். உன்னாலதானே ரெண்டரிசி வீணாப்போச்சி என்று பார்வையால் பிராது கொடுத்தாள்.

“ஓயாம அரிசிய தின்னா கல்யாணத்துக்கு அடமழ பேயும்டீ” வழிவழியா வந்த நம்பிக்கையை சுந்தரி மேலே ஏற்றி வைத்தாள். அவள் வெக்கப்பட்டுக்கொண்டு வீட்டுக்குள் போனாள்.

அரிசியே திங்காத செல்லத்தாயின் கல்யாணத்தன்னைக்குக் கூட அடமழ பேஞ்சது. அது கார்த்திகை மாசம். பங்குனிப் பொங்கலுக்குப் புதுப்பாவாட சட்ட வாங்கிவச்சி பெட்டிக்குள்ள இருந்தா மனசு கெடந்து மருகுமே அந்தக் குறுகுறுப்பு, பசியும் புளிச்சேப்பமும் சேர்ந்து படுத்தும்பாடு. திரேகத்தில் சொட்டுச் சொட்டாய் மழை தூறும்போது சிலுசிலுவெனக் காத்து அடிக்குமே, அந்த நேரத்தில் சுள்ளென்று வெயிலும் அடித்தால் எப்படி இருக்கும். அப்படித்தான் நாட்கள் காலுக்குள்ளும் கைக்குள்ளும் சிக்கித் தவித்தன.

அந்த ஊரில் எல்லாருக்கும் நடக்கிற மாதிரியே ராத்திரி முகூர்த்தம், தெருவில் பந்தி, நாலு ஊருக்குக் கேட்கிற மாதிரி “சின்னப்பர் இருவது ரூவா, கூல் பானை வெள்ளைச்சாமி பதினஞ்சு ரூவா” இப்பிடி மைக்செட்டில் கூவுகிற மொய்க்கலயம் நடந்துகொண்டிருக்கும்போதே புதுப்பாய், தலகாணியோடு திடுதிப்பென்று வாழ்க்கை ஆரம்பித்தது. நடுச்சாமம் வரைக்கும் கொட்டக் கொட்ட முழித்திருந்தது. பசியெடுத்து சாமி கும்பிட வைத்திருந்த வாழைப்பழத்தைத் தின்று தீர்த்து, அதும் காணாமல் ரசமும் சோறும் சாப்பிட்டது, இன்னமும் மூக்குப்பக்கத்தில் மணத்தது.

ஒத்தத் தராசாய்த் தொங்கிக்கொண்டிருந்த தொட்டிலில் சேகரின் கால்கள் பவுடர் டப்பாவில் இருக்கிற பஞ்சு பப்பு மாதிரி தெரிஞ்சது. தொட்டில் குலுங்கி அடிப்பாகம் ஈரம் கோத்துத் தரையில் சொர்ரென்று ஒண்ணுக்கு இறங்கிச்சு. இன்னும் ஒல வைக்கலையே, முழிச்சிட்டா என்ன செய்யன்னு நெனைக்கும்போதே காலை உதறிக்கொண்டு விசுக் விசுக்கென்று அழுதான். பசிச்சிருச்சு போலிருக்கே, என்னத்தப் பண்ணுவேன்.

காலிச் சோத்துப்பானையின் சோகம் அவளைக் கவ்விக்கொண்டது. அழுதவனை நெஞ்சோடு சேர்த்துத் தூக்கிக்கொள்ள பிள்ளை மார்ச்சேலையைப் பிடித்து இழுத்தது. பசியமத்துவதாகப் பேர்பண்ணிக்கொண்டு மடியில் கிடத்த உட்கார்ந்தாள்.

பசி வேகத்தில் ஆட்டுக்குட்டி முட்டுவதைப்போல் முட்டிக்கொண்டு பால்குடிக்க முயன்று பாலில்லாத கோபத்தில் அழுதான். தோளில் போட்டுக்கொண்டு ஆட்டினாள். லோட்டாவில் தண்ணிக் கொடுத்தாள். திரும்பத் திரும்ப அழுதான். வெத்து லோட்டாவில் நாலு கல்லைப்போட்டுக் கடகடவென பிரைஸ்கட்டை ஆட்டுற மாதிரி ஆட்டினாள். அந்தச் சத்தம் பசியைத் திசை திருப்பிச்சு. அற்ப இடைவெளியில் பசி ஜெயித்தது.

இப்பொழுது பெருங்குரலெடுத்து அழுதான். அந்தப் பிரதேசமே பசி சத்தத்தால் நிறைந்தது. 'ச்செய்... நானென்ன செய்வேன்' இல்லாமையும் இயலாமையும் ஒருசேரப் புலம்பினாள்.

சுந்தரிப்பிள்ளை அரிசி தின்ன ஞாபகம் வந்தது. சேகரை இடுப்பில் வைத்துக்கொண்டு நடந்தாள் சின்னப்பிள்ளைங்க குறுக்கும் நெடுக்குமாக ஓடி விளையாண்டுகொண்டிருந்தன.

சேகரும் வளந்த பெறகு இப்படித்தான் விளையாட்டில் பசி மறந்து போவான். சுவரோரம் சுருண்டு கிடந்த செவலை நாயைக் காட்டி 'அய்ய்... அங்க பாரு நாய்...ச்சு... ச்சு' நாய் சுதாரித்துக்கொண்டு கால்பரப்பி சோம்பல் முறித்துக் குடுகுடுப்பையை ஆட்டின மாதிரி தலையைச் சடசடத்து ஆட்டி செல்லத்தாயின் கையிலிருந்த கிண்ணத்தைக் குறிவைத்துப் பின்னாலேயே வந்தது.

வீடுகளில் அடுப்பெரிவதே பெரும் போராட்டம். பிள்ளைகள வளக்கப் படாதபாடு படவேண்டிருக்கு. இதுல நாய் வெறயா. "சேடு சேடு, நாங்களே தொண்ணந்துக்கிட்டு அலையிறம்... வேலக் கழுதயில்ல, ஓடு நாயே." ஓடிய நாயைப் பாத்து சேகர் சிரித்தான். செல்லத்தாய் கொஞ்சம் மூச்சு விட்டுக்கொண்டாள்.

முக்கால் வாசி வீடுகளில் கேப்பை நெறிபடும் சத்தம் கேட்டது. அந்த ஊரில் எண்ணி மூணு நாலு வீட்லதான் அண்ணாடம் வெள்ளச்சோறு. கேப்ப திரிக்க, கம்பு குத்த எசக்கில்லாதவர்கள்தான் சிமுக்கா அரைப்பிடி அரிசி வடிச்சிக் கொழம்புச்சோறு தின்பார்கள்.

ஓட்டவாச்சி முத்துலச்சிமிக்குப் பேரன் பேத்தியெடுத்த பிறகும் சோறு வடிக்கத் தெரியாது. ஒண்ணு வெதவெதயா வடிப்பா, இல்லாட்டி வெள்ளப்பொங்கல் மாதிரி கொழய உட்டுருவா. ஆனா, களி கிண்டுனான்னா மணக்க மணக்கக் கிண்டுவா. மடமடவெனத் தீ எரியவுட்டுப் பெரிய மண்பானையில் துடுப்பப் போட்டு டபக் டபக்குன்னு அஞ்சாறு நிமிசத்தில் களி கிண்டி இறக்கிப்புடுவா.

கருப்பும் செவப்பும் கலந்த நிறத்தில் மினுமினுத்துக்கொண்டு ஆவி பறக்கிற களியில் கொழம்பு ஆப்பயைக் கொண்டு நடுவில் மதிச்சுவிட்டு அதில் கருவாட்டுக் கொழம்போ, மாட்டுக்கறிக் கொழம்போ ஊத்திக்கிட்டுத் திங்கணும். செல்லத்தாயின் நாக்கில் எச்சூறியது.

சரசக்கா வீட்டு முத்தத்தில் போய் மருகி மருகி நின்றாள். சோறு வடிச்சும் வடிக்காம எப்பிடித் தட்டேந்தி நிக்க. சரசக்கா தீப்பெட்டி கட்டு ஒட்டிக் காலந்தள்றவா. வேற எந்தக் கஞ்சி காச்சினாலும் தேரம் பிடிக்கும். அந்த நேரத்தில் நாலு கட்டு ஒட்டிரலாம். தினத்துக்கும் சரசக்கா வீட்டில் நெல்லுச்சோறுதான். யார் பிள்ளையைத் தூக்கிக்கொண்டு போய் நின்னாலும் இல்லங்காம குடுப்பா.

உள்ள போயிரலாமா, வாசல்ல நின்னே சத்தங்குடுக்கலாமா. மனசு கெடந்து பத்தயத்துல மாட்டுன எலி மாதிரி அலைஞ்சது. சேகர் வதங்கிப்போன கீரக்கட்டுக் கணக்கா தோளுல கெடந்தான். "யக்கா சரசக்கா" சத்தங்குடுத்துக்கொண்டே வீட்டுக்குள் நடந்தாள். சோத்துச்சட்டி, பசச்சட்டி, துணிமணிக வீடு முழுக்கச் சூறாவளியில் சிக்கின களத்து மேடாக் கிடந்தது. இருண்ட மூலையில் தலை களைந்து, மூஞ்சி வீங்கி சரசக்கா களைந்து போய் உட்கார்ந்திருந்தாள்.

சரசக்கா புருசன் கொணங்கெட்ட ஆளு. சீட்டாடத் துட்டில்லன்னா எதயாச்சும் தூக்கி வித்துப்புடுவான். அன்னைக்கி ஒரே சண்டதான். நம்ம வந்த நேரமும் போன எடமும் புலிகொண்ட ராஜ்ஜியமா மாறிப்போச்சு. என்னன்னு கேட்ட சரசக்காவிடம் "பச வாங்க வந்தமுக்கா, என்ன மேலுக்கு முடியலயா"ன்னு கேட்டுட்டுச் செத்த நேரம் ஆறுதலாகப் பேசிட்டுத் திரும்பி வந்து சோமு மாமா கடயில பொறிகடலையும் வெல்லக்கட்டியும் வாங்கினா "என்னாத்தா நீயுங் கடந்தானா, பெரிய்ய கிளாக்கரு பொண்டாட்டி கணக்கா காலாட்டிக்கிட்டு உக்கார வேண்டியது, கடனுக்கலய வேண்டியது. எப்பத் தருவ." மூஞ்சில முழிக்காத மாதிரிப் பேசினார்.

துட்டுக் குடுத்துச் சரக்கு வாங்குறப்பல்லாம் தோலான் துருத்தியின்னு ஏதாவது பேசுவார். "ராத்திரித் தூங்கலயா... ம்ம், ரெண்டு வாரங் கழிச்சி மகன் வந்துருக்கான், எங்க தாயி வெளியிலேயே ஆளைக் காணோ"மின்னு லஜ்ஜையில்லாமப் பேசுவார். வாங்குனத வீசியெறிஞ்சுட்டுத் திரும்பி வந்திரலாமான்னு ஆத்திரம் ஆத்திரமா வந்தது. சேகரைப் பாத்து ரோசத்தக் கொறச்சிக்கிட்டா. "நாளைக்கி காலையில ஒத்தவரியில தந்துருவோம்" விசுக்கென்று திரும்பி நடந்தாள்.

அம்மிக்கல்லு முன்னால் உட்கார்ந்து பொறிகடலையை அரைத்தாள். முதுகைக் கட்டிக்கொண்டு அழுதவனைக் கொஞ்சி "அம்மால்ல, செத்த

பொறுத்துக்கோம்மா... நிமிசத்துல பொறிகடல மாவு தருவனாம், தின்னுட்டு நல்லபிள்ளையா வெளாடுவனாம், நாளைக்கி அய்யா வந்த பெறகு ஒனக்குப் பால் டின்னு வாங்கணும். அப்பறம் ஏஞ்செல்லக்குட்டிக்குத் தெனந்தெனம் பால்தான்" அரைக்கவிடாமல் அழுதுகொண்டு மடியில் விழுந்தான். ஆத்திரம் வந்தது, தூக்கி அந்தப் பக்கம் வைத்தாள். திரும்பவும் கத்திக்கொண்டு மடிக்கு வந்தான். ஏலாமையும் ஆத்திரமும் பொங்க முதுகில் ஒரு போடு போட்டாள். நிலைகுலைந்து தரையில் விழுந்து கொஞ்ச நேரம் கால் கை ஆட்டாமல் கிடந்தான். கொலை பதறிப் போய் பிள்ளையைத் தூக்கினாள். உலகம் இடிந்து சரிந்து தலையில் விழுந்தது.

"கெழவனாரய்யா நீதாங்கதி, எம்மா சேகர்சாமி கண்ணத் தொறய்யா" தண்ணிய மூஞ்சில் எறிந்தாள். மலங்க மலங்க முழிச்சுக்கிட்டு அழுகத் தெம்பில்லாமல் விசும்பினான். "ஏம்பிள்ளயக் கொல்லத் தெறிஞ்சனே, பாதகத்தீ" மூஞ்சியில மடேர் மடேரென்று அறைந்துகொண்டு அழுதாள். அந்தக் குரல் காடுகளில் வனாந்திரங்களில் முட்டி மோதி அங்கேயே திரும்பிவந்து தஞ்சமடைந்தது. தாரை தாரையா இறங்கிய கண்ணீரைக் கண்டு திகைத்துத் தாயின் முகத்தையே பார்த்துக்கொண்டிருந்தவன் செல்லத்தாயைக் கட்டிக்கொண்டு அவள் வாய் பொத்தினான். என்ன செய்கிறோமென்ற பிரக்ஞை இல்லாமலே தாயின் கன்னம் தடவியன கைகள். மாத்திரை வாசமும், அழுக்கும், மூத்திரக் கவிச்சையும் ஆன அந்தக் கை அவளின் அம்மையின் கையாகவும், நாளை வரப்போகிற புருசனின் கையாகவும் உணர்ந்து உருகிப்போனாள். அவனைத் தூக்கிக் கொஞ்சிக்கொண்டிருந்தாள்.

எதிர்வீட்டுச் சுந்தரிப் பிள்ளையின் அம்மா கிண்ணத்தில் சோறோடு வந்தாள். "என்ன கருவாப்பய அழுகிறானா"ன்னு சொல்லி அவனைத் தூக்கிக்கொண்டு வெளியில் போனாள். இதே ஊரில் இதைவிடவும் மோசமான வறுமையில் ஆறு பிள்ளைகள் பெத்தவளல்லவா அவள்.

விழுது, ஜனவரி 1993.

நொய்ந்த மனிதர்கள் நொய்ந்த கனவுகள்

அவனுக்கு அப்படியொரு விசித்திரப் பழக்கம் எப்படி வந்ததென்று யாருக்கும் தெரியாது. ஏன், அவனுக்கே தெரியாது. குப்பைகளில் கிடக்கிற காலி பவுடர் டப்பாக்கள், செண்ட் பாட்டில்கள், பற்பசை குடுவைகள் என்று எல்லாவற்றையும் எடுத்துவந்து வீட்டில் சேர்த்துவிடுவான். காலியான ஊதுவத்தி பாக்கெட்டுகள், வாசனை சோப்பு உறைகள் என மனிதர்களை வாசனையேற்றுகிற காலிக்குடுவைகள் மேல் அவனது அபாரப் பிரியம் குடிகொண்டிருந்தது. இதுவெல்லாம் கூட பரவாயில்லை. முச்சந்தியில் கழித்துப் போட்டிருக்கிற சோப்பு வாசனைப் பொருட்களைக் கூட தூக்கிக்கொண்டு வந்து வீட்டில் சேர்த்துவிடுவான்.

அந்த நேரங்களில் அவனுக்கும் அவனது வீட்டாருக்கும் பெரும் மல்லுக்கட்டு ஏற்படும். பிறகு பொது ஆள் வந்து, கழிப்புக் கழிச்ச சாமானைத் தொட்டாலோ எடுத்தாலோ கருமம் வீட்டுக்கே வந்துவிடும் என்று எச்சரித்த பிறகு அரைமனசோடு திரும்பப் போட்டுருவான். ஒரு சமயம் நகராட்சிக் குப்பையில் பற்பசை போன்ற பாக்கெட் பாதி உபயோகித்துக் கிடந்தது. அதை எடுத்துவந்து மறுநாள் விடிந்தும் விடியாததுமாக முகங்கழுவி ஆட்காட்டி விரலில் பிதுக்கி வைத்துக்கொண்டு பல்தேய்க்க ஆரம்பித்தான். வழக்கமாகப் பற்பசைகளில் வரும் இனிப்பும் வாசனையும் இல்லாமல் எதோ துணிக்குப் போடும் சோப்பைத் தின்றது மாதிரி நுரைத்து வர, வாயும் நமைச்சல் எடுக்க ஆரம்பித்தது. விளங்காமல் வாய்க்கொப்பளித்த பின்னும் மழுமழுப்பு போகவில்லை. பாண்டியன் கிராம வங்கியில் வேலை பாக்குற தெரிந்த கிளார்க் ஒருவரிடம் விவரம் கேட்ட பிறகுதான் குட்டு வெளியானது. அது முகச்சவரத்துக்கு முன்னால் தேய்க்கிற நுரைச்சோப்பு என்று.

அது மட்டுமில்லை, காலனித் தெருவில் யார் வீட்டிலும் பச்சைத் தண்ணி குடிக்க மாட்டான். தெருப் பொம்பளைங்க யாரோடும் முகங் கொடுத்துப் பேச மாட்டான். ஒருமுறை வீட்டில் பன்னிக் கறி சமைத்ததற்காக ஒருவாரம் சாப்பிடாமல் காலங்கழித்தான். இப்படி அந்தத் தெருவோடு ஒட்டடல் ஒழுகல் இல்லாத குருவனை, குருவைய்யர் என்றுதான் கூப்பிடுவார்கள்.

நகரக் கழிவுகளைத் தேடித் தேடிச் சேகரம் செய்து ஊர்க்கோடியில் குவிக்கிற, வீடு தெளிக்க இலையெடுக்கும் வேலை பாக்குற நகராட்சிக் காலனியில் அந்த வேலை எதுவும் வேண்டாமென்று நாலு அரசாங்க ஆபிஸ், ஓர் இன்சூரன்ஸ் கம்பெனியில் தூத்துப் பெருக்குற வேலை அவனுக்கு லவித்திருந்தது. வாரம் ஒருமுறை அந்த அலுவலகங்களின் கழிப்பறைகளையும் சுத்தம் செய்ய வேண்டும். இருக்குற உத்தியோகங்களில் கொஞ்சம் பதவிசானது என்று அதிலே ஒட்டிக்கொண்டான். நல்ல வாசனைப் பினாயில்கள் இருக்குற அலுவலகங்களில் யாரிடமாவது கெஞ்சிக் கேட்டுக் கொஞ்சம் ஊற்றிக்கொண்டுபோய் அவன் வீட்டின் உள்ளும் புறமும் தண்ணீர் கலந்து தெளித்துவிடுவான்.

“ஏண்டா ஒங்கிறுக்குத்தனத்துக்கு அளவே கெடையாதா, இப்பிடி ஆஸ்பத்திரி வாசத்தை வீட்டில் கொட்டுறியே” என்று வீட்டார்

நொந்துகொள்ளும் அளவுக்கு அந்த வீட்டின் மீதும் தெருவின் மீதும் வெறுப்பிருந்தது. சதா பன்றியும் நாய்களும் சாக்கடைகளோடு தெருவில் அலைவதும் தெரு மாந்தர்கள் எல்லோரும் சாக்கடைகளைத் தேடித் தெருத் தெருவாக அலைவதுங்கூட அவனுக்கு வருத்தமில்லை. ஆனால், கல்யாணமான பெண்களில் முக்கால்வாசிப் பேர் வெத்திலையும் பொயலையும் அதக்கிக்கொண்டு அலைவதும், சாயங்காலங்களில் ஆண் பெண் வித்தியாசமில்லாமல் சாராயங் குடிப்பதும் அவனுக்குப் பிடிக்கவே பிடிக்காது.

மத்த தெரு பொம்பளைங்களைப் போல பவுடர், செண்ட், பூ மணக்க அலைகிற பெண்கள் அரிதாக இருக்கிறார்கள். இது அவனுக்குப் பெருத்த ஏக்கமாக இருந்தது. மூக்குப் பொடியைப் பல்தேய்க்கிற மாதிரி தேய்த்துக்கொள்கிற பெண்களை ஜென்ம எதிரியாகப் பார்ப்பான்.

அதனாலேயே விவரந்தெரிந்த நாள் முதலாக அவனுக்கு அவன் அம்மையைப் பிடிக்காமல் போயிருந்தது. பின்னாட்களில் அவனது அக்கா மாடத்தியும் பிடிக்காமல் போனாள். அவர்களிருவரும் குருவன் மேல் உயிராய் இருந்தார்கள். இவனுக்கோ போன வருசம் பாதாளச் சாக்கடை அள்ளப் போய் விஷம் தாக்கிச் செத்துப்போன நொண்டிக்காளியான் பொண்டாட்டி மேல் ரெட்டிப்புப் பிரியம். அவள் மட்டுந்தான் தினம் தினம் சாயங்காலம் பவுடர் பூசுகிற ஒரே ஒரு மனுஷி. அவளோடு பேசுவதும், அவளுக்காகக் கடைக்குப் போவதும், அவள் கேட்கிற பொருட்களைச் சொந்தக் காசு போட்டாவது வாங்கித் தருவதும் இவனுக்கு உலக சந்தோஷமாயிருந்தது. அதுதான் கடைசியில் வினையாகித் தெருச் சண்டையாக முடிந்தது.

குருவனுக்கென்று பெண்களைப் பற்றியதான ஒரு கனவு இருந்தது. அது சினிமாப் பெண்களைப் போல இல்லாவிட்டாலும், தினம் குளிக்கிற, குறைந்தபட்சம் சாயந்திரம் முகங்கழுவிப் பவுடர் பூசுகிற, நகராட்சி வாசமில்லாத ஒரு பெண் வேண்டும். அவளுக்காக வாங்க வேண்டிய பொருட்களின் கனவுப் பட்டியலும் ஒன்று இருந்தது. அதில் அவனுக்குப் பிடித்த சந்தனப் பவுடரும், பழைய சிந்தால் சோப்பும் இருந்தன. அவளோடு போய் யார் வீட்டிலும் மிச்சச் சோறு வாங்கக் கூடாதென்று பெரும் வைராக்கியமும் இருந்தது. இந்தப் பிறப்பில் இல்லையென்றாலும் ஏழாவது பிறப்பிலாவது கல்யாணத்தில் முதல் பந்தியில் எல்லோரும் உட்கார்ந்து சாப்பிடுகிற வரம் வேண்டியிருந்தான்.

இதுவெல்லாம் நொண்டிக்காளி பொண்டாட்டியின் சகவாசத்தால், அதில் எழுந்த தெருச் சண்டையால் கை நழுவிப் போய்விடுமோ என்று பயந்திருந்தான். சண்டை விலக்க வந்தவர்களும் சண்டைப் போட வந்தவர்களும் ஒன்றாக ஒரு விஷயத்தை ஊதிப் பற்ற வைத்துப் போனார்கள்.

"கட்டுத்தறியில நிக்காத மாட்டைக் கால்கட்டுப் போட்டுத்தான் வளக்கணும். இனியுங் கல்யாணம் பண்ணாம எதுக்குக் கோயில் மாடாக்கப் பாக்குற" மாடத்தியை வைகிற சாக்கில் உசுப்பேத்திவிட்டுப் போனார்கள். அவளுக்கும் இந்த வீட்டில் இன்னொரு பெண் இருந்தால் தேவலை என்று பட்டது.

அந்த இன்னொரு பெண்ணாக கோவிந்தம்மாள் வந்து சேர்ந்தாள். பெண் வீடு, மாப்பிள்ளை வீடுமாகச் சேர்ந்து பதினைந்து பேர் திருவண்ணாமலை கோவிந்தன் கோயிலுக்குப் போய் காதுங் காதும் வைத்த மாதிரி கல்யாணம் நடத்தினார்கள். தெருவடைக்கச் சாப்பாடு, ரெண்டு கேன் சாராயம், ரேடியோ செட், கொட்டு மேளத்தோடு நடக்கக் கனாக் கண்ட வைபோகம் அனாதி கல்யாணமாக நடந்ததில் குருவன் வீட்டாருக்கு ஏகப்பட்ட வருத்தம். இருந்தாலும் கோவிந்தம்மாளோடு தெருவில் நடக்கிறபோது ஊரே வேடிக்கை பார்ப்பதாகப் பட்டது. "ஏலேய்... சரியான சோடியாத்தாம் பிடிச்சிருக்க, சினிமாக்காரி கணக்கா..." என்று சொல்லுகிறபோது கிடைத்த பெருமிதமும், மாட்டு மோத்திர வாசம், நகராட்சிக் கழிவு வாசம் மண்டிக் கிடந்த வீட்டில் சோப்பும் பவுடரும் மணக்க ஆரம்பித்த சந்தோஷமும், இரவு நேரங்களில் மல்லிப் பூவும் சிலுங்கல்களுமான கிறக்கங்களும் கோவிந்தம்மாளால் வந்தது.

இருவது வருஷமாக நகரத் தெருக்களில் குனிந்த தலையாய்த் தரையைத் துலாவுகிற கண்களோடு அலைந்தவன். அவனை மாதிரியே தூக்கி வீசப்பட்ட பழைய தகர டப்பாக்களை, பாட்டில்களைச் சேகரித்து வாரம் ஒருதரம் முப்பது ரூபாய் சம்பாதித்தவன். இப்போது எதிர்ப்படுகிற எல்லோரும் அவனையே உற்றுப் பார்ப்பதால் தலை நிமிர வேண்டியிருந்தது. பார்வைகள் கோவிந்தம்மாளிடமும் வார்த்தைகள் குருவனிடமும் பிரிந்துவந்தன.

ஆறுமாதக் காலம் இந்த விஷமங்கள் புரியாதபடிக்கு ஈர்ப்பும் இறுக்கமுமாக ஓடி மறைந்தது. பின்னொரு வெள்ளிக்கிழமையில் குப்பை வண்டி மாத்திவிட நகராட்சிக்குப் பதிலாளாகப் போயிருந்தான். அரைமணி நேரம் காத்திருக்க நேர்ந்த தருணத்தில் எதிர்ப்பட்ட சினிமா

போஸ்டரில் கவரப்பட்டவனாய் கோவிந்தம்மாளிடம் ஓடினான். அந்தப் பதினொருமணி வேளையில் கங்காணி ஒருவன் மிதமிஞ்சிய போதையில் கோவிந்தம்மாளிடம் குழைந்துகொண்டிருந்தான். எந்த நேரத்திலும் மேலே விழுந்துவிழும் நிலையில் அவளோடு பேசினான். இலக்கில்லாத பேச்சு. தனது சித்தப்பனின் வயதொத்த அந்தப் பெரிய மனிதனிடம் அந்த வயதுக்கான எந்தக் குணமும் இருப்பதாகப் படவில்லை.

“ஏந்த்தா, என்னாத்தா” என்று ஆரம்பித்தவன், அதினின்றும் இறங்கி அடியே என்று சொல்லியும் சொல்லாததுமான வார்த்தைகளோடு பேசினான். வேத்து மனிதன் தரந்தாழ்ந்து போவதும், அதைக் கண்டு தெருக்காரர்கள் கலவரப்படாமல் போனதும் அவளுக்குப் பெரும் பயத்தை உண்டாக்கியிருந்தது. குருவனைப் பார்த்ததும் பெரும் விபத்திலிருந்து தப்பிய மாதிரி இருந்தது. “யாரு இவுரு? கூடப் பொறந்து கொடலறுந்த மாறிப் பேசுறார்”

“தெரிஞ்சு என்ன பண்ணப்போற. உள்ள வா” குருவன் விசுக்கென்று வீட்டுக்குள் போனான். உள்ளே வந்தவளிடம் பேசப் பிடிக்காமல் உர்ரென்றிருந்தான்.

“நாந்தா கேக்குறனில்ல, யாரு இந்தாளு?”

“நீ யெதுக்கு அவங்கிட்ட பேசுற?”

“ஆமா, ரோட்டுலப் போறவர நாந்தா கூப்பிட்டேன். என்ன பித்துப் பிடிச்சாப்பல பேசுறீக”

அவளின் அலட்சியப் பேச்சு உஷ்ணமேறியிருந்த ரத்தத்தைக் கொதிக்க வைத்தது. வார்த்தைகள் சண்டையாகி கை நீட்டினான்.

“கட்டுனப் பொண்டாட்டிட்ட வம்புக்கிழுத்தவன தொடத் துப்பில்ல. பொம்பிளையக் கை நீட்றிய” அழுதாள். கூட்டம் கூடியது. சேதி கேட்டு மாடத்தி ஓடிவந்தாள். ரெண்டு பேரையும் சத்தம் போட்டு, அவனை மறுபடியும் வேலைக்கனுப்பினாள்.

போனவன் தயாராய் இருந்த மாட்டு வண்டியில் ஏறி விரட்டினான். தெருவில் மேலும் கீழுமாய்க் குப்பையைச் சிதறி அள்ளிப் போட்டுத் தேரடித் தெரு தாண்டும்போது வீட்டுப்பக்கம் பார்த்தான். இன்னும் வேகமாய் மாட்டை விரட்டினான். மாட்டை அவுத்துக் குப்பையைத் தட்டும்போது

மாடு முரண்டு பண்ணியது. சினம் தீருமட்டும் மாட்டை அடித்தான். பின்னால் வந்த வண்டியோட்டியான முனியப்பன் "ஏண்டா மாட்டைப் போட்டு அடிக்கிற. அதுவும் நம்மள மாதிரி வாயில்லா ஜீவந்தாண்டா."

அவன் கடிந்துகொள்ளும்போது கொஞ்சம் உறைத்தது. ஒருவகையில் அந்த மாடும் இவனும் ஒரே நிலைமையில் இருப்பதாகப் பட்டது. கோபம் அடங்க இரண்டு இரவுகள் பிடித்தது. மூன்றாம் இரவுக்குள் அக்கா, எதிர்த்த வீட்டுக் கிழவி இப்படி யார் யாரோ புத்திமதி சொன்னார்கள். தவறு இரண்டு பேரிடமும் இல்லை.

மீண்டும் வீட்டுக்குள் சிரிப்பும் வாசனையும் குடிகொண்டன. அடித்த கை வலிக்க வலிக்க அன்பு செய்தான். சினிமாவுக்குப் போகவும், சீனி நாயக்கர் கடையில் பரோட்டாவும் வறுவலும் வாங்கிவந்து தரவுமாக நாட்கள் நகர்ந்தன, மீண்டும் மேஸ்திரி வரும்வரை. மூக்கைப் பிடித்துக்கொண்டு தெருவைக் கடக்கிற மேஸ்திரி குருவன் வீட்டுக்குள் நுழைந்து கோவிந்தம்மாளிடம் தண்ணீர் கேட்டான்.

மிரண்டு வெளியே வந்தவளின் கையைப் பிடித்து இழுக்கவும் திமிறிக்கொண்டு ஓடிவந்து மதினிக்காரியிடம் ஒப்பாரி வைத்தாள். எதிர்த்துக்கொண்டு வாழவும் முடியாது. வேண்டாமென்று ஊரைக் காலி செய்தாலும் போன இடம் புலி கொண்ட ராஜ்ஜியமாகும். அங்கும் ஒரு தாட்டிக்கமான சாதிக்காரன் இருப்பான். வலுத்தவன் இல்லாத ஊர் எது? போலீஸில் புகார் செய்தால் உடனடி நிவாரணம் உண்டு. மூன்று வருசத்துக்கு முன்னால் இப்படியான பிரச்சினையில் போலீஸுக்குப் போன சின்னக்காளி, கொஞ்சநாள் கழித்து அடிபட்டுக் குத்துயிரும் குலையுயிருமாகக் கிடந்த பயம் தெருவில் நிரந்தரமாய்த் தங்கியிருந்தது. இன்னும் ஒரே ஓர் இலகுவான வழி உண்டு. அந்த மேஸ்திரியின் தெருவில் உள்ள பெரியவர்களிடம் சொல்லலாம். சொன்னாலும் மனுநீதிச் சோழனின் தீர்ப்புதான் வரும். 'எதுத்து அடிக்க முடியாத தெருவுக்குள்ள எதுக்குடா சினிமாக்காரி மாதிரி பொம்பிள. கொஞ்சம் மினுக்கலக் கொறச்சிக்கங்கப்பா. ஒரு பய மாதிரி, ஒரு பய இருக்க மாட்டான்" என்றுதான் அருள்வாக்குச் சொல்லுவார்கள்.

மதினியும் நாத்தனாரும் கசப்பும் திகிலும் நிறைந்த அந்த இரவைப் பழைய, புதிய கண்ணீர்க் கதைகளில் கடத்தினார்கள். காரைக்காலம்மையாரைப் போல புகலிடம் தேடி இரவைக் கழித்தார்கள்.

மறுநாள் அந்தப் பொடி மட்டையும் பொயலைச் சுருட்டையும் மதினிதான் வாங்கிவந்து தந்தாள். ஒரு சுருக்குக் கயிறை, பூச்சி மருந்துப் பாட்டிலைக் கொண்டுவந்த நடுக்கம் அவள் கைகளில் இருந்தது. அடுத்து வாசனை பார்த்தபோது ஓங்கரித்துக்கொண்டுவந்தது. "இந்த எழவ எப்படி வாய்க்குள்ள போட. ஓங்கரிக்குதே மதினி" கோவிந்தம்மாள் அடிவயிறு புரட்டிக்கொண்டு வந்த வார்த்தைகளோடு கெஞ்சினாள்.

"வேற போக்கிடமில்லம்மா, பிராயத்துல நானுந்தான் கொமட்டி வாந்தியெடுத்தேன். தலைவிதி, பொறுத்துக்கோ" சொல்லிவிட்டுப் பார்க்கச் சகிக்காமல் வெளியேறினாள்.

அடுப்புக்கரியானாலும் கோபால் பல்பொடியானாலும் ரெண்டு நிமிஷந்தேச்சு கண்ணாடியில் பார்ப்பதற்கு அவளுக்கே பிடித்துப் போகிற சுரைக்காய் பல். அவளது பளிச்சுனு சிரிக்கிற அழகை காதுபட ஊர்ப் பேசிக் கேட்டிருக்கிறாள்.

கண்ணாடியில் தெரிகிற அந்தக் கர்வமான பிம்பம், உள்ளுக்குள்ளே பூரித்துப் போகிற சுய வசீகரம் அவளுக்கே பிடித்துப்போன அவள் அழகு.

தான் வளர்த்த பூவைத் தானே பிய்த்து எறிகிற அவலத்தோடு காரலெடுக்கிற மூக்குப் பொடி கொண்டு தேய்த்தாள். சில மணித்துளிகள் கழித்துப் பெருங்குரலெடுத்து வாந்தியெடுத்தாள். தெருப் பெண்கள் ஒவ்வொருவராய் வந்து துக்கம் பார்த்துவிட்டுப் போனார்கள்.

சேதியறிந்த குருவன் அன்று வீடு வர மனசில்லாமல் கண்ட இடத்தில் நின்று பொழுதைக் கழித்தான். இருவது வருஷம் சேர்த்து வைத்த அழுக்கும் நாத்தமும் கோவிந்தம்மாளின் வருகையால் துடைத்துத் தூய்மையாக்கப்பட்டதும், ஏங்கித் தவித்த வாசனையெல்லாம் வீடு வந்து சேர்ந்ததும் ஆறுமாதக் காலத்தில் அடித்து இழுத்துப் போனது.

நேரங் கழித்து வீட்டுக்கு வந்தபோது, குத்துக்காலிட்டு முழங்காலுக்குள் முகம் மறைத்து உட்கார்ந்திருந்தவள் அரவம்கேட்டுத் தலை தூக்கினாள். கண்ணீர் சரசரவென்று கன்னமிறங்கி உதட்டில் நின்றது. இரவும் பகலும் வசீகரித்து விழுங்கிய சுரைக்காய் விதைப் பற்களில் காவியேறியிருந்தது.

முதல்முதலாய் மூக்குப் பொடியேறிய காந்தலில் ஈறுகளும் உதடுகளும் வீங்கியிருந்ததைப் பார்த்தவன், மடேர் மடேரென்று தலையிலடித்துக்கொண்டு தெருவிறங்கிப் போனான். திரும்பி வரும்போது நாய்களும் பன்றிகளும்

36 • ஒரு வனதேவதையும் ரெண்டு பொன்வண்டுகளும்

கலைந்து ஓட, தள்ளாடியவனாய் வந்தான். வீட்டிலிருந்த காலியான பவுடர் டப்பா, சோப்பு டப்பா, ஊதுவத்தி நிறைந்துள்ள பையைக் கூட்டித் தள்ளி சாக்குக்குள் போட்டான். தெருவில் தட்டி அதில் மண்ணெண்ணெய் ஊற்றி தீ வைத்தான். எரியும் தீயைப் பார்த்து,

"கரை மேல் பிறக்க வைத்தான்

எங்களைக் கண்ணீரில் மிதக்க விட்டான்..." என்று பாடிக்கொண்டு வீடு தேடினான்.

இந்தப் பாடலை அல்லது இதனோடு ஒத்த பொருள் பொதிந்த பாடலை இவன் அப்பன், மாமன், தெருவிலிருக்கும் பலர் பாடியிருக்க வேண்டும். பாடல் கேட்டுத் தூங்காதவர்களும், சாராய மயக்கத்தில் தூங்கிப் போனவர்களும் நூற்றாண்டுக்கால ரணமும் வேதனையும் கலந்த பாடலின் சோகத்தை அசை போட்டபடியே கிடந்தார்கள்.

பாடல் தெருத் தெருவாய் அலைந்து திரிந்து வெளியேறியது. நியான் விளக்கோடு மஞ்சளாய் மின்னிய தேசிய நெடுஞ்சாலையில் வாகனங்கள் விரைந்துகொண்டிருந்தன. அந்த இரைச்சலிலும் வேகத்திலும் பாடல் நசுங்கிக் கிடந்தது.

முகம் காட்ட மறுத்தான்

வெளியே எங்காவது சுற்றிவிட்டுக் காலை எட்டரை மணிக்குமேல் வீடு திரும்புகிற நடுத்தரக் குடும்பத்து ஆடவனைப் பற்றிச் சொல்வதற்கு நிறைய இருக்கிறது. பெரும் தாக்குதலை எதிர்கொள்ளும் அத்துணை உபாயங்களையும் அசைபோட்டபடி சாலையில் பயணிப்பான் எதிர்ப்படுகிற தெரிந்தவர்களை, நண்பர்களைக் கவனிக்காதவன், திமிர் பிடித்தவன், கௌரவக்காரன் என்கிற பழிபாவம் தன்மேல் குவிகிற விஷயம் தெரியாத அப்பாவியானவன்.

இந்தக் கேள்விகளோடும் பதில்களோடும் போனபோது வீடு வேறு பிரச்சினையில் சிக்கிக்கொண்டிருந்தது. முகம் தெரியாத மனிதரொருவர் ஊர்க்காரன் என்று சொல்லிக்கொண்டு நடுவீட்டில் உட்கார்ந்திருக்க, அடுப்பு வேலையையும் கவனிக்காமல் வந்த மனிதனிடமும் பேசாமல் தத்தளித்துக்கொண்டிருந்தாள்.

பையன் வேறு வீட்டுப்பாடமும் எழுத முடியாமல், அம்மாவிடம் ஸ்கெட்ச் பேனா வேணும், புதுப்பை வேணும் என்றும் கேட்கமுடியாமல் அந்த ஆளை ஓரக்கண்ணால் நோட்டம் விட்டுக்கொண்டிருந்தான்.

வந்தவரும் விருந்தாளிக்குண்டான லச்சணமில்லாமல் நாற்காலியில் உட்காராமல் வீட்டுக்குள் அங்குமிங்கும் நடந்து இனம்புரியாத பயம் வரும்படிக்கு அலைந்துகொண்டிருந்தார். அடையாளம் கண்டுகொள்ள எனக்கே சில மணித்துளிகளானது. பாட்டி வழியில் தூரத்துச் சொந்தக்காரன் மாரியப்பன். என் வயதுக்காரனாயிருந்தாலும் கிராமத்து வறுமையில் கிழட்டுத் தோற்றம் ஏறிப்போயிருந்தது. கிழிந்த அழுக்குச் சட்டை, பரட்டைத் தலை, குளிக்காத உடம்பு, ஒரு பிச்சைக்காரனைப் போலிருந்தான். அவனது வருகையின் நோக்கத்தைக் கணிக்க முடியாதவனாகித் தவித்துக்கொண்டிருந்தேன்.

பொதுவாக ஊரிலிருந்து வருகிறவர்கள், மருத்துவமனையில் உள்நோயாளியாகச் சேர்க்கப்பட்டுப் பாத்திரங்கள், வெண்ணீர், பழைய போர்வை கேட்டு வருவார்கள். விசேச வீடுகளுக்குப் பத்திரிகை வைக்க, இனி எதுவும் வழியில்லை என முடிவாகிப் பெரிய எதிர்பார்ப்பில் கடன் கேட்டு, ஊர்க் காரியங்களுக்காக நன்கொடை கேட்டு, இப்படித்தான் இந்தப் பதினைந்து வருடத்தில் ஊர்க்காரர்களுடனான தொடர்பு இருந்தது. மருமகன், பேரன், பால்ய காலத்துச் சேக்காளி பந்தமெல்லாம் மங்கிப் போய் அரசாங்க வேலைக்காரன், கிராமத்துக் கூலிக்காரன் என்கிற மாயத் திரை விழுந்திருந்தது. எதுவும் கேட்காதவர்களின் முகமும் கண்களும் கூட ஏக்கத்தைத் தேக்கி வைத்துக்கொண்டு வீசும்.

இது எதிலும் அடங்காத முகபாவத்தோடு மாரியப்பன் இருந்தான். உட்காரச் சொன்னதற்கு நாற்காலியைத் தவிர்த்து மெத்தையைத் தேர்ந்தெடுத்தான். முதல் வார்த்தையிலேயே ஏன் வந்தாய் என்று கேட்க மனம் தயங்கியது. தகுதிக்கு மீறிய கோரிக்கையாக எதுவும் கேட்டு இல்லையென்று சொல்லும் தைரியம் குறைந்தவனாயிருந்தேன். ஊரில் மழை தண்ணி எப்படி, பொழப்பு எப்படி இருக்கு, பயங்க என்ன செய்றாங்க என்ற வழமையான விசாரிப்புகளுக்கு அவனது பதில்கள் சம்பந்தமில்லாமல் இருந்தன.

“பொங்கலுக்கு நம்மூர்ல பட்டிமண்டபம் போடணுமப்பா. ஐ.லியோனி நல்லாச் சிரிக்கச் சிரிக்கப் பேசுறாராம்பா.” “ஒங்கய்யனச் சத்தம்போட்டு

வை. ஓவராத் தண்ணியப் போட்டுட்டு வந்து அக்காட்ட சண்ட போடுறாரப்பா", "இன்னிமேக்கொண்டும் ரெட்டெலைக்கு ஓட்டுப் போடக்கூடாது. இங்க பாரு தண்ணியத் துட்டுக்கு விக்கிற கொடுமைய" பேசிக்கொண்டிருக்கும்போதே அடுப்படிக்குப்போய்த் தானே தண்ணீர் எடுத்துக் குடித்துக்கொண்டான். திரும்பிவந்து டிவி பெட்டிக்கருகில் உட்கார்ந்து முறைத்துப் பார்த்தான். போடுவதற்கு எத்தனித்துத் தோற்றுப்போனான். இந்த அத்துமீறல் ஒட்டுமொத்தமாக எல்லோருக்கும் எரிச்சலை உண்டு பண்ணியது.

அடுப்படியில் இருந்து 'நீ உட்பட உங்கள் ஊர் மனிதர்களே இப்படித் தான்' என்று கடுங்குற்றம் சுமத்துகிற பார்வை பார்த்தாள். சைகையாலே என்ன நடக்குது என்று கேட்டுவிட்டு மீண்டும் ஸ்கூல் கிளம்புகிற வேலைகளில் முங்கிப்போனான் பாரதி. இனியும் தாமதித்தால் பையனைப் பள்ளிக்கூடத்தில் விடுவது, ஒன்பதேகால் பஸ்ஸைப் பிடிப்பது தாமதமாகிப் போகலாம்.

"ச்செரி, என்ன சோலியா வந்தெ பயல போயிடணும்" அவசரப் படுத்தினேன். "அவுக இவுகமாரி வாங்குன கடனக் குடுக்காத ஆளில்ல, கடன்னா நமக்குக் கை கூசும். சொந்தக்காரன் ஒண்ட்ட கேக்காம வேரார்ட்டக் கேக்க" பலமான பீடிகையோடு ஆரம்பித்தான். அடுப்படியைப் பார்க்காமல் தவிர்த்துத் தோற்றுப்போனேன்.

ஆயிரம் ஐநூறு என்று கடன் வாங்கிப் போன ஊர்க்காரர்களைப் பார்வையால் பட்டியல் போடுவது தெரிந்தது. தவிரவும் வாங்கும்போது கடனாகப் பேர் கொள்ளும் காசு, நாள்பட நாள்பட இனாமாக மாறிப்போகும் வரலாறுகளையும் நினைவூட்டுகிற மாதிரி தெரிந்தது. மாத நடுவில் காசு, பணம் கையிலிருக்காத விஷயத்தை விளக்க ஆரம்பித்தேன்.

"கடங்காரங்க மானத்த வாங்குறாங்க, நாக்கப் பிடுங்கிக்கிறாப்லயிருக்கு. ஒருதடவ நீ இந்த ஒதவியச் செய்யி, திருப்பித்தர முடியாட்டாலும் நீ வீடு கட்டும்போது கொத்த வேல செஞ்சி கழிச்சிர்ரனப்பா."

"இந்தா வச்சிக்க, ஏண்ட இப்பக் கடங்குடுக்கிற அளவுக்குக் காசில்ல" சட்டைப் பையிலிருந்து நூறு ரூபாயை எடுத்து நீட்டினேன்.

வடக்கடைக்கு எட்டு ரூவா, சோமண்ணங் கடக்கி பீடி வாங்குன பாக்கி ஆறு, ஆறுமுகச்சாமி மோலாளி கடயில குருணயரிசி வாங்குன

கடன் பன்னண்டு, பஸ்ஸுக்கும் பீடிச் செலவுக்குமாச் சேத்து முப்பத்தஞ்சி போதும்" சொல்லித் திடுக்கிட வைத்தான். "முப்பது குடு, சில்லரை மாத்திச் சாயங்காலம் திருப்பித் தரேன்."

தயங்கித் தயங்கி அவளிடம் போய்க் கேட்டேன். அங்கும் ஓர் அதிர்ச்சி காத்திருந்தது. "நூறையும் கொடுத்துருங்க." காசை வாங்கிக்கொண்டு மருகி மருகி நின்னவனிடம் டீக்கொடுத்து, பிறகும் தயங்கி நின்னவனிடம் சாப்பிடச் சொல்ல, மடமடவென உட்கார்ந்து சாப்பிடத் தயாராகிவிட்டான். போகும்போது மறக்காமல் இரண்டு பழைய சட்டைகளைக் கேட்டு வாங்கிக்கொண்டு போனான்.

என் விளையாட்டுப் பருவத்தின் மையப்புள்ளியாக இருந்தவனா, சதா சர்வகாலமும் ஏழெட்டுப் பையன்களோடு ஊரைச் சுற்றி வந்தவனா, எந்த விளையாட்டிலும் தனது பிரவேசத்தால் தோல்வியை அனைவருக்கும் மொத்தமாக விநியோகம் பண்ணுகிற மாரியப்பனா இவன். அப்போதெல்லாம் அவனை ஒரு தரம், ஒரே ஒரு தரம் ஜெயித்துவிடத் துடிக்கிற வெறிகொண்டலைந்த கூட்டத்தில் நானும் ஒருவனாக இருந்தேன்.

அந்த வெறியே அவனது மூலதனம். பரபரப்பு, நிலை கொள்ளாமை, இலக்கைத் துல்லியப்படுத்த முடியாமல் சிதறிப்போகும். அவனோ நிதானமாகக் குறிவைப்பான். இடது கைப் பெருவிரலைத் தரையில் ஊன்றிப் பாம்பு விரலின் நுனியில் கோலிக்குண்டை வைத்து விரலை வில்லாக வளைத்து, உருவிவிடும்போது சுற்றி நிற்கிற அத்தனை பேரும் குறி தவற வேண்டும் என்று வேண்டிக்கொண்டிருப்பார்கள்.

சொடீரென்று எதிராளியின் கோலிக்குண்டில் அடிவிழ எல்லோரது வேண்டுதலும் தகர்ந்து போகும். 'காக்கை நோக்கறியும் கொக்கு டப்பறியும்' என்னும் பழமொழியைத் தவிடுபொடியாக்கியவன் மாரியப்பன். பறவைகளில் காக்கைக்குக் குறிப்பறியும் திறமை அதிகம். அதன் கண்களுக்கு நூற்றி அறுபது டிகிரி சுழலும் அசாத்தியம் இருப்பது மாதிரி, பின்னால் இருந்து கையை ஓங்கினாலும் சுதாரித்துக்கொண்டு பறந்துவிடும். பறக்கிற வேளையிலும் கூட கல்லெறிந்தால் பசக்கென்று எதிர்த்திசைக்கு மாறிக்கொள்ளும். சாதாரணக் கவன்கல்லில் காக்காயைச் சாய்த்துவிடுகிற வல்லமை கொண்டவன்.

புளியமரத்தின் உச்சிக்கொப்பில் காக்கைகளும், வேலிச்செடியின் தூருக்கு அடியில் குழிபறித்துக் காடைகளும் கவுதாரிகளும், மொட்டைப்பனையின் பொந்துகளில் கிளிகளும் மைனாக்களும் கூடுகட்டும் என்கிற பறவைகளின் வாழ்க்கை முறை அவனுக்கு அத்துப்படி. ராத்திரி நேரங்களில் வேதக்கோயில் முகட்டில் ஏறி இறங்கும்போது நாலைந்து புறாக்களோடு இறங்குவான்.

ஒருநாள் மேகக்கலரில் திட்டுத்திட்டாகப் பழுப்பு, கருப்பு நிறப் புள்ளிகள் கொண்ட பத்துப் பதினைந்து முட்டைகளோடு வந்தான். பாட்டி கதைகளில் வரும் சாகசக்காரனைப் போலவும், விளையாட்டுப் பிராயத்துக் கனவுகளில் வரித்துக்கொண்டிருக்கும் லட்சிய நாயகனைப் போலவும் அவனது வருகை இருந்தது. அது என்ன பொருள் என்ற புதிர்ப்போட்டியொன்று உடனடியாக அரங்கேறியது.

முட்டையென்று இனங்கண்டுகொள்ள நெடுநேரம் ஆனது. எப்போதாவது ஊருக்கு வரும் மைக்செட்டை, தேர்தலுக்கு மட்டும் புழுதிபறக்க வரும் பிளசர் காரை, பொங்கலுக்கு வரும் கரகாட்டக்காரர்களை, தலைக்கு மேல் பஸ் போனது மாதிரித் தாழ்வாகப் பறக்கும் ஏரோப்பிளேனை வேடிக்கை பார்க்கிற மாதிரி, அந்தக் காடை முட்டைகளை வேடிக்கை பார்த்துக்கொண்டிருந்தோம்.

பள்ளிக்கூட லீவு நாட்களில் அவனோடு ஆடு மேய்க்கக் காட்டுக்குள் போவதற்கும் அவனோடு ஒட்டிப் பிறந்த பிரம்புக்கம்பைக் கையில் பிடிப்பதற்கும் கடும் போட்டி வரும். காடுகளின் இரகசிய முடிச்சுகளை அவிழ்த்துக் காண்பிக்கவந்த தேவதூதனைப் போல் முன் நடக்க, பத்துப்பதினாறு வெற்றுப் பாதங்கள் ஆர்வக் கொந்தளிப்பில் தரை உரசிக் கிளம்பும்.

பொட்டக் கம்மாயைத் தாண்டியதும் பத்துப்பதினைந்து ஏக்கர் வேலிக்கரடு விரிந்து கிடக்கும். அங்கு எல்லோரும் அரவமில்லாமல் நடக்கக் கட்டளையிடுவான். முயல்களின் நடமாட்டம் அங்கு அதிகம். முள்புதர்களுக்குள் பிரவேசிக்கும்போது முயல் பார்க்கலாம் என்று துல்லியப்படுத்துவான், அது அப்படியே நடக்கும். தரையில் பறந்து போகிற மாதிரித் தோன்றும் முயல் பாய்ச்சலைப் பார்க்கும்போது ஆச்சரியமும் பிரமிப்பும் ஒருசேரக் கிடைக்கும்.

மத்தியானப் பசிக்கு வெள்ளெலிகளும் அணில் பிள்ளைகளும் அடித்து உரித்துக் குடலெடுத்து அதன் வயிற்றுக்குள் சீனிக் கல்லை வைத்துச் சூட்டாம் போட்டுக்கொடுப்பான். ஐயரவோடு ஆரம்பிக்கிற ருசி கொண்டா கொண்டா என்று கேட்கும். கொப்பில்லாத மரத்திலும் படியில்லாத கிணத்திலும் அனாயசமாகத் தரையில் நடப்பதைப் போல் ஏறி இறங்குவான். ஆடு மேய்ப்பான், களையெடுக்கப் போவான், பெரியவர்களோடு போட்டிப்போட்டு ஆஞ்சான் இழுக்கப் போவான்.

அவன் விரும்பாத விளையாட்டும் ஒன்று உண்டு, சோறு பொங்கி விளையாடும் அப்பா அம்மா விளையாட்டு; அவன் போகாத இடமும் ஒன்று உண்டு, ஊர்ப் பள்ளிக்கூடம். ஆனால், அதற்காக அவன் ஒருவினாடி கூட வருத்தப்பட்டிருப்பானா என்பது சந்தேகமே. அந்த ஊர் நாட்டாமைக்காரரின் மகன் கூட காசு வேணும், பம்பரம் வேணுமென்று அழுது அடம்பிடிக்கப் பார்த்திருக்கிறோம். மாரியப்பன் மட்டும் மாறாத புன்னகையோடும் சுறுசுறுப்போடும் கவலையின் சுவடு தெரியாமல் அந்த ஊரைச் சுற்றிச் சுற்றி வருவான். அவன் மட்டுமா, அந்தப் புல்லாங்குழல் சத்தமும் வருடல் நாதத்தோடு ஊரைச் சுற்றிக்கொண்டிருக்கும்.

அதென்ன மாயமோ, புல்லாங்குழலுக்கும் ஆடு மாடு மேய்ப்பவர்களுக்குமான கெட்டிப்படுத்தப்பட்ட யுகாந்திர பந்தத்தைச் சுமந்துகொண்டே காலம் நீள்கிறது. அவனது இடுப்புக்கும் டவுசருக்கும் இடையில் தனக்கென ஒதுக்கப்பட்ட வசிப்பிடம் போல் அந்தப் புல்லாங்குழல் ஒட்டிக்கொள்ளும்.

உதடு குவித்து நெருங்கும் ஒவ்வொரு வேளையும் பிரியமானவளுக்குக் கொடுக்கப்போகும் முதல் முத்தத்தின் ஆவலோடு அவனும், நீண்ட முத்தத்திற்குக் காத்திருக்கும் ஏக்கத்தோடு எதிர்ப்படும் ஆதி இசைக்கருவூலமாக அந்த மூங்கில் குழலும் கலந்து போவார்கள்.

சினிமாப் பாடல்களையும் வார்த்தைப்படுத்தப்படாத நாதத்தையும் காற்று வழியே கலந்துவிடுவான். காற்றும் தனது குழந்தையைத் தோளில் தூக்கி நடப்பதுபோல் ஊரெங்கும் படர்ந்துவரும். உயர்ந்த இடத்திலமர்ந்து இசைக்கிற, எதிரிலமர்ந்து ரசிக்கிற ஏற்பாடுகளேதும் இல்லாமல் அவனும், ஊரும் காற்றும் தங்களின் அலுவல்களுக்கூடாகப் பரிமாறிக்கொள்ளும் இசையனுபவம் சிலாக்கியமானது.

தடதடவெனச் சன்ன ஒலிக்கீற்று மேலேறித் தலைக்குமேல் வட்டமிடுகிற துள்ளலிசை. உறுமலைச் சுத்திகரித்துத் தயாரித்ததுபோல் அடிச்சுரத்தில் ஓர் ஓசை வரும். அது கால அதிர்வுகளைச் சுமந்துகொண்டு, தரைவழிப் பயணித்து நினைவுகளின் அந்தகாரத்தில் சஞ்சரிக்கும்.

அந்த அதிர்வுகள் மட்டும் மிஞ்சிக்கிடக்கிற மாரியப்பனை மறுபடியும் இந்த நகரத்துக்குள் பார்ப்பேனென்று நினைக்கவில்லை. காலம் அலுவலக மேஜை நாற்காலிகளுக்குள் நகர்ந்தும், நகரத்து இரைச்சலில் விரைந்தும் கடந்துபோனது. பரீட்சை அட்டையோடு போட்டிப் போடும் தடித்த அழைப்பிதழின் மினுமினுப்புக்குப் பயந்து போகவா வேண்டாமாவெனத் தயங்கியிருந்தபோது நண்பர்களின் வற்புறுத்தலுக்காக அட்டைக் கம்பெனி குணசீலன் வீட்டுக் கல்யாணத்துக்குப் போக நேர்ந்தது. மண்டப வாசலில் நறுமணமும் குளிர்காற்றும் சேர்த்துத் தெளிக்கிற கருவி நிறுத்தப்பட்டிருந்தது. மண்டப நடுவில் ஒரு செயற்கை வாழைமரம் வந்தவர்களைக் கவர்ந்துகொண்டிருந்தது.

மண்டபம் முழுக்கச் செயற்கைச் சிரிப்புகளும் குதூகலமும் நிறைந்திருந்தன. பிரபலங்கள் தாங்கள் கொண்டுவந்திருந்த பாராட்டு வார்த்தைகளை ஒலிவாங்கியின் வழியே கூட்டத்துக்குள் தூவிக்கொண்டிருந்தார்கள். சீருடை அணிந்த சப்ளையர்கள் கையில் பாலித்தீன் உறைகளைச் சுற்றிக்கொண்டு பசியமர்த்தினார்கள்.

பசியை மட்டுமே அழைப்பாக ஏற்றுக் கல்யாணத்துக்கு வந்து கூட்டத்தோடு கூட்டமாய்ப் பந்தியில் ஊடுருவிவிட்ட பிச்சைக்காரர்களைக் கண்டுபிடிப்பது கல்யாண வீட்டுக்காரர்களுக்குச் சுலபமாக இருந்தது. அப்படிக் கண்டுபிடிக்கப்பட்டவர்களை அதட்டி விரட்டுவதைப் பார்ப்பதற்கும் தீர்ப்புச் சொல்வதற்குமாகக் கூட்டம் கூடியது.

பாதி சாப்பிட்ட கையோடும் பிடிபட்ட அவமானத்தோடும் நின்று கொண்டிருந்தவனை இனங்கண்டுகொள்வது எனக்குச் சுலபமாக வந்த கனத்த பாரமாக இருந்தது. பேர்ச்சொல்லிக் கூப்பிட்டு அருகில் போவதற்குள் அங்கிருந்து காணாமல் போனான். அறுசுவை உணவு வயிற்றுக்குள் கட்டையாக அழுத்தியது. பின்னர் இரண்டு நாட்களுக்கு மனசும் வயிறும் சரியில்லாமல் போனது. அதற்குப் பிறகு பேச்சியம்மன் கோயில் அன்னதானக் கும்பலில், சிதம்பரம் நகரில் ஒரு பங்களாவின் வாசலில் மிச்ச வாழ்க்கையை யாசிக்கிறவனாகப் பார்க்க முடிந்தது. அலுவலகம் கழிந்த ஒரு மாலை

வேளையில், பேருந்து நிலைய வாசலில் இரக்கக் குணம் இருக்கிற முகம் தேடித் தேடிக் கை நீட்டிக்கொண்டிருந்தான். நெருங்கிப்போனபோது என்னைத் தவிர்க்க எத்தனித்துத் தோற்றுப்போனான். முதல்முதலாய் அவன் தோற்றுப்போனதைப் பார்த்தேன். எதிரே நின்ற என் முகம் பார்க்கக் கூசியவனாய் தரை பார்த்திருந்தான்.

வீட்டுக்கு அழைத்தேன். வேகமாகத் தலையாட்டிவிட்டான். ஹோட்டலுக்குப் போய்ச் சாப்பிடலாமென்று கூப்பிட்டேன். உறுதியாக மறுத்துவிட்டான். பேருந்து நிலையப் பரபரப்பையும் இரைச்சலையும் விழுங்கிய பெரும் மவுனம் நீடித்தது. அதை உடைத்துக்கொண்டு அவனே பேசினான், தன்னை இனிப் பார்க்க நேர்ந்தால் கண்டுகொள்ள வேண்டாமென்றும், அதுபற்றிப் பெரிதாகக் கவலைப்பட வேண்டாமென்றும் கேட்டுக்கொண்டான். மீண்டும் நான் கொடுத்த நூறு ரூபாயை நிராகரித்துவிட்டு வெறும் பத்து ரூபாயை மட்டும் வாங்கிக்கொண்டு மறைந்துபோனான்.

இன்னொரு கதை

ஜெனிபர் பூஜைக்குக் கிளம்பிவிட்டாள். அந்தக் கதவில்லாத ஓட்டு வீட்டிலிருந்து குனிந்து வெளியே வந்து நின்றாள். கையிலிருந்த வெள்ளை நிற நெட்டை தலைக்கு முக்காடு போட்டுச் சரிபார்த்துக்கொண்டாள். தெருமுனையிலிருக்கிற வீட்டிலிருந்து இன்னும் சிலேட்டா வெளியே வரவில்லை. சிலேஷ்ட மேரி என்கிற அந்தப் பெயரை எல்லோரும் சிலேட்டா என்றுதான் கூப்பிட்டார்கள். சிலேட்டாவும் இவளும் தூங்குகிற நேரம்போக எல்லா நேரமும் ஒன்றாகவே இருந்தார்கள். மனதுக்குப் பிடித்தவர்கள் வரிசையில் நண்பர்களுக்கு ஒதுக்கப்பட்ட முதலிடத்தை எந்த மாற்றத்தாலும் மறுதலிக்க முடியவில்லை. நட்பின் ருசியறியாதவர்கள் இன்னும் பிறக்காதவர்கள் மட்டுமே. 'வானம் எனும் வீதியிலே குளிர்வாடை எனும் தேரினிலே' பாட்டு கோபுர உச்சியிலிருந்து ஓடிவந்து மேகங்களினூடாக நகர் முழுக்கப் பரவிக்கொண்டிருந்தது. இன்னும் ஒரே பாட்டு 'ஏசு ரட்சகர்' எல்.ஆர்.ஈஸ்வரி பாடி முடிக்கும்போது பூஜை ஆரம்பித்துவிடும். ரிக்ஷாக்கள், ஸ்கூட்டர்களைத் தவிர தெருச்சனங்களின் நடமாட்டம் இல்லை. எல்லோரும்

கோயிலுக்குள் போயிருப்பார்கள். உள்ளே கெபியின் நிழலிலும் வாசல் படியிலும் தங்கள் சிநேகிதர்களோடு நின்றுகொண்டே பேசிக்கொண்டிருப்பார்கள். பெரிய வேப்ப மரம் கன்னகரேரென்று ஐம்பது வருட நினைவுகளோடு நின்றுகொண்டிருக்கும். அதன் நிழலில் உட்கார்ந்துகொண்டால் பெரிய கேட் தெரியும். அங்கிருந்து பூஜைக்கு வருகிற ஆட்களைப் பார்த்துக்கொண்டே ஏதாவது பேசிக்கொண்டிருக்கலாம். அதே இடங்களில் உட்கார்ந்துகொண்டுதான் இவர்களின் அக்காமார்களும் அம்மாமார்களும் பாட்டிமார்களும் காலங்காலமாய்ப் பேசிக்கொண்டிருந்தார்கள். எல்லா ஞாயிற்றுக்கிழமைகளிலும் இவர்களிருவரும்தான் முதல் ஆளாய் போவார்கள். இவர்கள் போவதற்கு முன்னமே பிச்சைக்காரர்கள் வந்து தங்களின் வரிசைப்படி உட்கார்ந்திருப்பார்கள். அவர்களின் கைகளில் ஜெபமாலை கூட இருக்கும். அவர்கள் வெள்ளிக்கிழமைகளில் இருக்கங்குடி ஆற்றுமணலில் கையில் வேப்பங்குலைகளோடு உட்கார்ந்திருப்பார்கள்.

மறுபடியும் குனிந்து வீட்டுக்குள் போனாள். தெருவடைத்துக்கொண்டு மணக்கிற கறிக்குழம்பின் வாசம் அடுப்பிலிருந்து அதிக நெருக்கமான வாசனையை அள்ளி வீசிக்கொண்டிருந்தது. அம்மையின் கை அரிசியை அலசிக்கொண்டிருந்தது. கொஞ்சம் அள்ளி வாயில் போட்டாள். அடுப்புப் பக்கம் போய் அணையவிருந்த தீ விறகை உள்ளே தள்ளிவிட்டாள்.

"சிலேட்டா இன்னும் வரலியா" அம்மை கேட்டாள்.

"வல்ல, எம்மா இன்னைக்காச்சும் நீ வரக்கூடாதா"

"எதுக்கு... நீதா போறயில்ல"

குடும்பத்தோடு பூஜைக்குப் போனதும், கோயில் பிரகாரத்து மணல் வெளிப்பரப்பில் ஜெனிபர் கால் வலிக்க ஓடித் திரிந்ததும், அங்கு கண்டெடுத்த சிப்பிகளை அரிய பொருளாகச் சேர்த்து வைத்ததும், நேற்று நடந்தது போலிருந்தது. அப்போதெல்லாம் போட்டுவிடுகிற துவைத்த துணிகளை அசிங்கப்படுத்தி கழற்றி எறிந்துவிட்டு எப்போதும் உள்ளாடையோடு அலைவாள். அப்படியே அப்பனின் மேல் கால் போட்டுத் தூங்கிப் போவாள். அவள் பெரிய மனுசியானால் சடங்கு நடத்தக் கூடாதென்றும், டீச்சருக்குப் படிக்க வைத்து கான்வெண்ட் பள்ளிக்கூடத்திலே வேலை வாங்கித் தர வேண்டும் என்பதெல்லாம் பின்னிரவு நேரத்துக் கனவுப் பேச்சாக இருக்கும். பேசிப் பசியெடுக்க,

எஸ்.காமராஜ் ● 47

பேருந்து நிறுத்தத்துக்குப் போய் டீயும் பன்னும் வாங்கிவந்து தின்னத்தருகிற கணங்கள் குளிர் நினைவுகளாக வந்து போயின.

எப்போதும் ஒட்டிக்கொண்டு கிடந்த ஜெனிபர் எப்போதாவது கூட நடக்கமாட்டாளா என்று ஏங்க வைக்கும் பெரியவளாகிவிட்டாள்.

கொஞ்ச நேரம் அரிசி அலசுவதை நிறுத்திவிட்டு முகட்டைப் பார்த்து வெறித்தாள். இன்னமும் அந்தப் பேச்சு நீடித்தால், அங்கேயே நின்றிருந்தால், இந்த ஞாயிறும் கண்ணீரில் கழிந்துபோகும் அபாயமிருந்தது.

"எங்க அம்ம இன்னுங் கொமரி மாதிரியே இருக்கா"

கன்னத்தைப் பிடித்துச் செல்லங்கொஞ்சவும் குளிர்ந்துபோனாள். அவள் நினைவு புதைகுழிக்குள் இறங்கும்போதெல்லாம் ஜெனிபர் தனது குளிர்ந்த கைகளால் விருட்டென்று இழுத்து வெளிக்கொணர்ந்துவிடுவாள். அதற்கு அவள் பிரயோகிக்கும் உபாயங்கள் நாடகத் தனமானதாக இருக்கும். மிக வலிந்து சுவாரஸ்யமில்லாத ஊர் விஷயங்கள் சொல்வாள்.

திருப்பலி பூஜையில் பாடுகிற 'தூயவர், தூயவர்' பாட்டுக்கு விரல்களை இதழ்களாக்கி, பூ விரிகிற பாவனையோடு, நடனமாடிக் காண்பிப்பாள். புதிய திரையிசைப் பாடல்களுக்கு சரோஜாதேவி மாதிரியும் ஜெயலலிதா மாதிரியும் அபிநயம் பிடிப்பாள். பாதிரி அந்தோணி குரூசைப் போல குரலை இறுக்கமாக்கிக்கொண்டு, இரண்டு கைகளையும் நெஞ்சுக்கு நேராகக் கால் மடிப்பு மடித்து நீட்டிப் "பிதா, குமரன், பரிசுத்த ஆவியின் பெயராலே ஆமென். பிதாவே இதோ அடுப்புக்குப் பக்கத்தில், மாட்டுக்கறியை மணக்க மணக்கக் கொதிக்க விட்டுக்கொண்டிருக்கும் ரெபேக்காள் என்கிற ரேவக்காவை ஆசிர்வதியும். அவள் வெறும் காக்கிலோ கறியை எடுத்து அதைப் பாதி தெருவுக்குப் பங்கிட்டுக் கொடுக்கிறாள். ரெண்டப்பத்தையும் மீன் துண்டையும், நீர் கூடை கூடையாய்ப் பெருகச் செய்தீரே அதுபோலவே" சொல்லும்போது அவள் முகத்தில் ஒரு பேரிறுக்கம் குடிகொள்ளும். ஆனால், வீட்டிலிருப்பவர்கள், "சாமியக் கேலி பண்ணாதே" என்று அதட்டுவார்கள். அதைச் சட்டை செய்யாமல் "திராட்சை ரசத்தை எடுத்து, இதை எல்லோரும் வாங்கிப் பருகுங்கள், இது யேசுவின் திரு ரத்தம்" சொல்லிக்கொண்டு, கொதிக்கிற குழம்பில் ஒரு கரண்டி சாறு எடுத்துப் பாதிரியார் குடிக்கிற மாதிரியே குடிப்பாள். ஒரு துணியை எடுத்துப்

பதவிசாக மடித்து அமைதியாக உதடு துடைத்துக் காண்பிப்பாள். அதைப் பார்க்கிற அம்மை தன்னை மறந்து சிரித்துவிடுவாள்.

அவளைச் சிரிக்க வைக்கவும் திசை திருப்பவும்தான் இந்தத் துடுக்குத்தனம் என்பதையும் அம்மை அறிவாள். துடுக்குத்தனம் அவளுக்கு எப்படி வந்ததென்று தெரியவில்லை. ஒவ்வொரு கிறிஸ்துமஸுக்கும் பூஜை முடிந்த அந்த அகால இரவு ஒருமணிக்குத் தெருவே விழித்திருக்கும். ஒலிப்பெருக்கியை அலறவிட்டுக்கொண்டு ஆளாளுக்கு நடனமாடுவார்கள். அதில் எப்படியும் ஜெனிபரின் நடனமும் இருக்கும். ஆறு வயசிருக்கும்போது முதன்முதலாக ஆடினாள். சுற்றியும் தெருவே வட்டமாய் மொய்த்துக்கொண்டிருக்க ஒவ்வொரு கண்ணும் தன்னைத்தான் பார்க்கிறது, தன் நடன அசைவுகளுக்கு ஆரவாரம் செய்கிறது என்னும் நினைப்பில் மிதந்து மிதந்து ஆடுவாள்.

பள்ளிக்கூடக் காலங்களில் விளையாட்டிலும் நடனத்திலும் பெரிய பேர் வாங்கினாள். அந்தத் திரைப்படப் பாடல் பிரபலமாகியிருந்த நேரத்தில் தமிழகத்தின் மூலை முடுக்குகளிலுள்ள எல்லாப் பள்ளி ஆண்டுவிழாவிலும் இடம்பிடித்தது. பள்ளிக்கல்வி இயக்குநரின் ஆணையில்லாமல் அந்த வருடப் பாடத்திட்டத்தில் சேர்த்துக்கொள்ளப்பட்டிருந்தது. முன்னதாகச் சிறப்புப் பயிற்சி பெற்று ஆட இருந்த ஜவுளிக்கடை ஆறுமுகச்சாமி மகள், அதீத சுகவீனம் காரணமாக ஆண்டுவிழாவில் ஆடமுடியாமல் போனது. அதற்குப் பதிலாக வேண்டா வெறுப்பாக ஜெனிபர் நியமனம் ஆனாள்.

கடைசி நிமிடம் வரை டைபாய்டு ஜுரத்தில் படுத்துக்கிடக்கும் தேன்மொழி எழுந்து வந்துவிடுவாளோ என்னும் பயத்தோடே காத்துக்கிடந்தாள். ஆண்டுவிழாவுக்கு முந்தின நாள் கூட பைன் ஆர்ட்ஸ் டீச்சர், தேன்மொழியைப் பார்த்து வரச்சொல்லி ஆள் அனுப்பியது இவளுக்குத் தெரிந்தபோது நிச்சயமாக அந்தக் கனவு கை நழுவிப்போகும் அபாயம் துரத்திக்கொண்டேயிருந்தது. அந்தப் பயத்தோடே ஆண்டுவிழாவும் வந்தது. காரிலும் ஸ்கூட்டர், பைக்குகளிலும் வந்திறங்கிய கூட்டம் பள்ளிக்கூட வளாகத்தை நிறைத்திருந்தது. பிரம்பும் சாக்பீஸும் நட்டு வைத்திருந்த பள்ளி வளாகமெங்கும் பூக்களும் சந்தோசமும் முளைத்துக் கிடந்தன. மாணவிகள் தாய் தந்தையரோடு அமர்ந்து ஒவ்வொரு டீச்சரையும் அடையாளம் காட்டினார்கள். உட்கார்ந்த இடத்திலிருந்தே வகுப்பறையைத் தம்பி தங்கைகளுக்கு அறிமுகப்படுத்தினார்கள். தகர நாற்காலிகளைத் தாண்டிக் குதித்தோடிய குதூகலங்கள் கேம்ஸ் டீச்சரைப் பார்த்தவுடன் குலுங்கி நின்றுபோனது. ஜெனிபரும் அம்மையைத் தேடினாள்.

அந்தப் பெருங்கூட்டத்தில் சாயம் போன ரவிக்கையும், சந்தோசம் தொலைந்துபோன முகமுங்கொண்ட அம்மையைக் காணவில்லை. எத்துணைப் பெரிய கூட்டத்திலும் தாயின் இருப்பைத் துல்லியமாய்க் கண்டுகொள்கிற நுணுக்கம், எவ்வளவு தூரத்திலும் கன்றுக்குட்டியின் கணைப்புச் சத்தத்தை அறியும் விலங்குகளிடமிருந்தே மனித இனத்திற்குத் தொற்றிக்கொண்டு வந்திருக்கிறது. கிளம்புகிற நேரத்தில் எவ்வளவோ கெஞ்சியும் வர மறுத்தவளை எதோவொரு குருட்டு நம்பிக்கையில் எதிர்பார்த்தாள். அதிசயம் எதுவும் நடந்து அம்மை வந்துவிட வேண்டினாள். புளியம்பட்டி அந்தோணியாரையும் நென்மேனி இஞ்ஞாசியாரையும் மன்றாடிக் கெஞ்சினாள். மன்றாட்டுதலுக்கு யாரும் செவி சாய்க்கவில்லை. விதவிதமாய் அரிதாரம் பூசிக்கொண்ட சக மாணவிகள் கடவுள்களாகவும், நடன மாதர்களாகவும், தேசத் தலைவர்களாகவும் அவரவர் அப்பாக்களோடும் அம்மாக்களோடும் உட்கார்ந்திருந்தார்கள்.

அதைப் பார்த்ததும் தொண்டை கமறலெடுத்தது, கண்ணீர் முட்டிக்கொண்டுவந்தது. ஆண்டுவிழாவின் சம்பிரதாயங்கள் ஆரம்பமாகின. தாளாளரின் நீண்ட பேச்சுக்கு ஆசிரியைகளும் பிரமுகர்களும் கைத் தட்டினார்கள். சிறப்பு விருந்தினர் பேசி முடிக்குமுன் ஆரம்பப் பள்ளியிலிருந்து ஆட வந்திருந்த குழந்தைகள் தூங்கிவிட்டிருந்தன. மேஜை நாற்காலிகள் அகற்றப்பட்டு, அரங்கம் வண்ண ஒளிகளால் நிரம்பியதும் பள்ளி வளாகமே உற்சாக நிறத்துக்கு மாறியது. ஒவ்வொரு நிகழ்ச்சி அறிமுகத்துக்கும் பெற்றோரும் உற்றாரும் கையொலி எழுப்பினார்கள். ‘ஆறாம் வகுப்பு மாணவி ஜெனிபர்’ அறிவிக்கப்பட்டபோது அரங்கத்தின் கடைசியிலிருந்து யாரோ கைத்தட்டினார்கள். அது சிலேட்டாவாகவோ இல்லை தெருப்பிள்ளையாகவோ இருக்கலாம். அசிரத்தையோடு சலசலத்திருந்தது கூட்டம். இருபது வயலின்களின் கனத்த ஒலியோடும் தபேலாவும் ஆண்குரலும் இணைந்து ஜதி சொல்லும் அந்தப் பாட்டு ஆரம்பித்தது. ஒரு விறுவிறுப்பான பாடலின் முடிவு போலிருக்கும் தொடக்கம். மந்தமான வெளிச்சமும் லேசான வாடைக்காற்றும் வீசுகிறபோது திடுதிடுவென இடி முழங்குமே அதுபோல. அந்த இசைக்கு, சூறைக்காற்றில் இழுத்துவரப்பட்ட சேலை துணியைப் போல் அரங்கமெங்கும் அலைந்தாள். அந்த ஆரம்ப இசை சட்டென மொத்தமாய் நின்றுபோகும்போது அரங்கத்தின் மையத்தில் சோகச் சித்திரமாய் நின்றிருந்தாள்.

ஜானகியின் உருக்கமான குரல் 'அழகு மலர் ஆட' என்று மீண்டும் ஆரம்பிக்கும்போது மிகச்சரியாக உதடசைத்துக்கொண்டு காலையும் கையையும் ஆட்டினாள். ஷெனாயின் நாதம் இடையிடையே வரும்போதெல்லாம் உடலைத் தளர்த்திக்கொண்டு, மழையில் நனைந்த கோழிக்குஞ்சுபோல் நின்றுகொள்வதும், தத்தீ ந்தத்த, த த்தீ ந்த்த... ஜதிச்சத்தம் வரும்போதெல்லாம் கைதேர்ந்த சிலம்பாட்டக்காரனைப் போலவும், சாமியாடிகளின் சிலிர்ப்போடும் தங்குதங்கென்று குதித்தாள்.

அந்தப் பெருங்கூட்டம் இசையனுபவத்தை நடன அசைவுகளோடு உள்வாங்கி உறைந்துபோயிருந்தது. நடன இலக்கணத்துக்குள் வரையறுக்க முடியாத அந்த அசைவுகளில் நிருத்தம், முத்திரை, அடவுகள் எனும் மூலக்கூறுகளில்லையென்றாலும், சோகமும் கோபமும் ஆற்றாமையும் துள்ளியமாக உணர்த்தப்பட்டிருந்ததைக் கூட்டம் அமைதியாக ஏற்றுக்கொண்டிருந்தது. அகல விரிந்த கண்களும், நெரிந்து சுருங்கிய புருவங்களும் ஜெனிபர் போன திசையெல்லாம் தொடர்ந்தன.

சிறப்பு விருந்தாளி செல்லமாக முதுகில் தட்டிக்கொடுத்தார். யாரிந்தப் பெண், எந்தத் தெரு என விசாரிப்புகள் நடந்துகொண்டிருந்தது. தெருவைத் தெரிந்துகொள்வதில் மனிதர்களுக்கிருக்கிற அக்கறை பெரும் உள்நோக்கம் நிறைந்தது. அடுத்தவரின் புற அடையாளம் கண்டுபிடிக்கிற ஆவல் சூழ்ச்சிக்காரர்களின் கண்டுபிடிப்பு. ஜெனிபர் நேராக வீட்டுக்குப் போனாள். தெருவே அவளை வேடிக்கை பார்த்தது. அதற்குள் அவள் நடனம் பிரபலமாகிவிட்டதென உள்ளுக்குள் இனிப்போடு வீட்டை நெருங்கினாள்.

வீடு இருட்டாகக் கிடந்தது. அம்மையைக் கூப்பிட்டாள், பதிலில்லை. ஆனால், ஆளிருப்பது போலத் தெரிந்தது. அது குறித்து ஆராயாதபடிக்கு, நடன சந்தோசம் நிறைந்திருந்தது. ஒருவேளை தனக்குத் தெரியாமலே ஆண்டுவிழாப் பார்க்க வந்திருப்பாள் என்று நினைத்துக்கொண்டு அப்படியே சிலேட்டாவைத் தேடிப் போனாள். நெடுநேரம் பேசிக்கொண்டும் தொலைக்காட்சி பார்த்துக்கொண்டும் பொழுதுபோனது. ஏன் வீட்டுக்குப் போகவில்லை என்று அவளும் கேட்கவில்லை. ஜெனிபர் கிளம்பும்போது வீட்டிலிருந்து யாரோ கிளம்பிப்போனது மாதிரித் தெரிந்தது. அதன்பிறகு கொஞ்ச நேரங் கடத்திவிட்டு அந்த ஆளில்லாத் தெருவில் நடந்தாள், அப்பன் தள்ளாடித் திரிந்த அதே தெருவில்.

எஸ்.காமராஜ்

ஒரு பெரிய ஸ்பேனரைக் கிடத்திப் போட்டது மாதிரியான வடிவம் கொண்டது. தொடக்கமும் முடிவும் அகலமாகவும் வர வரச் சுருங்கி ஒரு சைக்கிள் ரிக்சா மட்டும் கடந்துபோகக் கூடிய சந்தாக மாறிப்போகும். தேசிய நெடுஞ்சாலையிலிருந்து கிளை விட்டுத் தெருவாகி ரயில்வே பீடர் ரோட்டில் போய் முடிகிற அந்தத் தெருவின் தெற்கில் ஆரம்பித்து முடிகிற வரைக்கும், பெரிய வேதக்கோயிலின் மதில் சுவர் நீண்டிருக்கும். நகரத்தின் சாக்கடைக் கால்வாய் இன்னொரு கரையாய் ஓடிக்கொண்டிருக்கும். ஒன்னு தெரியுமா? எல்லா நகரங்களிலும் கழிவுகள் சூழ்ந்திருக்கும் தெருக்களில்தான் கடைசிக் குடிமக்கள் காலம் கழிக்க வேண்டும் என்கிற நியதி இருக்கும். அது எந்தக் கடுமையான சட்டங்களும் இல்லாமல் வரிசைப்படுத்தப்பட்டிருக்கும். இரண்டாயிரம் ஆண்டுகளாகக் கர்ப்பக்கிரகங்களுக்குள் நுழையவிடாமல் ஒதுக்கப்பட்டவர்களை, "தூரம் அபசர ரே சண்டாள" என்று தெரு முனையிலேயே நிறுத்தி வைக்கப்பட்டவர்களை அகல விரித்த கைகளோடு கனிந்துருகும் கண்ணொளியோடு "வருத்தப்பட்டுப் பாரம் சுமப்பவர்களே, எல்லோரும் என்னிடத்தில் வாருங்கள் இளைப்பாறுதல் தருகிறேன்" என அழைத்ததும் தயங்கித் தயங்கி நுழைந்தார்கள்.

அவர்களின் பாதங்கள் வெள்ளைப் பாதிரியார்களின் விசாலமான பங்களாவுக்குள் கூட நடமாடுகிற பெரும்பாக்கியம் அடைந்தன. அந்தக் கருப்புக்கால்களுக்குச் சொந்தக்காரர்களான கருப்பணன், மாடன், பூச்சன்களெல்லாம் அந்தோணி, சகாயம், விசுவாசமாக மாறிப்போனார்கள்.

அந்தச் சந்ததியில் வந்த சகாயத்துக்குக் கைவண்டியிழுக்கிற உத்யோகம். பருத்திமாலில் இரவும் பகலும் காத்துக்கிடப்பான். சதா பீடிப் புகையும் கஞ்சா நாத்தமும் சூழ்ந்திருக்கும் சகாக்களோடு முதலாளிகளின் பெருமையைப் பற்றியும், தொழிலாளிகளின் வீட்டுக் கதைகளைப் பற்றியும் பேசிக் கிடப்பார்கள். ரயில்வே கேட்டைத் தாண்டிய வேலி மறைவில் சாராயக் கேன்கள் இவர்களின் வருகைக்காகக் காத்துக்கிடக்கும். மோகன் பெட்டிக் கடையில் பட்டை ஊறுகாயை வாங்கிக்கொண்டு போகிறவர்கள் கடன் சொல்லியாவது தினம் ரெண்டு கிளாஸ் ஏத்திக்கொண்டுதான் வீடு திரும்புவார்கள்.

அறுவடைக் காலங்களில் சுத்துப்பட்டியிலிருந்து மிளகாய், பருத்தி, பயறு, சோளம் என்று வண்டிவண்டியாய் வந்திறங்கும். அப்படியான நாட்களிலும் லாரிகள் அதிகமாக வரும் காலங்களிலும் கை நிறையக்

காசு புழங்கும். அப்போதெல்லாம் நாயக்கர் கடையில் சாப்பிட்டுவிட்டு, ராப்பகலாய் வீட்டுக்குப் போகாம பேட்டையிலேயே தங்கிவிடுவார்கள்.

எல்லா லோடுமேன்களின் குடும்பங்களிலிருந்தும் பிள்ளைகளும் மனைவிகளும் சோத்துக்குக் காசு வாங்க வருவார்கள். ஜெனிபரும் வருவாள். ஒரு கையில் கொக்கியையும் மறுகையில் நுனியையும் பிடித்துக்கொண்டு நூறு கிலோ மூட்டைகளை அனாயசமாகத் தூக்கிப்போடுவார்கள். வயிறுகளில் வரி விழுந்து ஒட்டிப் போயிருக்கும். கால்களிலும் கைகளிலும் சதை திரண்டிருக்க முதுகில் இரண்டு புஜங்களுக்குக் கீழும் கன்னங்கரேலென்று பானை கரியைத் தடவியது போல் காய்ப்பு ஏறியிருக்கும்.

அவர்களை, வைத்தக் கண் வாங்காமல் வேடிக்கை பார்ப்பாள். வியர்வை வடிந்த நாற்றத்தோடு வந்து சகாயம் கன்னத்தைப் பிடித்துக் கொஞ்சிவிட்டு சோத்துக்கு ரூவாயும், அவளுக்குத் தனியாக வாங்கித் திங்க அஞ்சு ரூவாத்தாளும் தருகிற சகாயம், ரோசாப்பூ என்றுதான் கூப்பிடுவான். எவ்வளவு தூரமானாலும் தூக்கித் தோளில் வைத்துக்கொள்வான். பஸ்ஸில் போகும்போது கூட அவளைத் தன் மடியிலிருந்து இறக்கமாட்டான். பள்ளிக்கூடம் போகாததற்கு அம்மை அடிக்கப் போக, நாயை அடிக்கிற மாதிரி அடித்துக் கிடத்திவிட்டுப் போனவன். அவனுக்கென ஞாயிற்றுக்கிழமைகளில் தனியாக ஈரல் எடுத்து வறுத்து வைக்க வேண்டும். அதை ஒரு தூக்குச்சட்டியில் எடுத்துக்கொண்டு போய், வேண்டா குளம் கம்மாயில் ரெங்கசாமி, காளப்பாண்டி, மாரீஸ்வரன், அய்யாச்சாமி என்கிற அய்யர் ஆகியோரோடு மூக்குமுட்ட குடித்துவிட்டு வருவான்.

ரயில்வே பீடர் ரோட்டிலிருந்து தெருவில் காலெடுத்து வைத்தவுடன் பதினாலு கட்டைச் சுதியில் பாட்டுப் பாடுவான். ரோட்டிலிருந்து வீட்டுக்குக் கேட்கும். எல்லாம் எம்.ஜி.ஆரின் தத்துவப் பாடல்கள். 'ஆண்டவன் உலகத்தில் முதலாளி' பாட்டை மட்டும் சரியான சுதியில், கேட்கிற யாரும் உருகிப்போகும் வசியக் குரலில் பாடுவான். 'கல்லைக் கனியாக்கும் தொழிலாளி கவனம் ஒருநாளில் திரும்பும்' வரிகளில் நம்பிக்கையும் குரலும் கெட்டியாகும். வார வட்டிக் கொடுத்து வாங்கும் ரோசம்மையிடம் வம்புச் சண்டையிழுத்து அடிபட்டு வேட்டி சட்டைக் கிழிந்து வருவான். அந்த நேரத்தில் கூட ஜெனிபருக்குப் பிரியமான கருப்பட்டிச் சேவை டவுசர் பையில் பத்திரமாகக் கொண்டுவந்து சேர்ப்பான். உளறிக்கொண்டும் வேட்டித் துணி ஒதுங்கி, வாய் பிளந்து

தூங்கிப் போவதுமாகக் கழிந்து போகும் அப்பனின் ஞாயிற்றுக்கிழமைகளை நினைத்தாலே தொண்டைக்குள் கருப்பட்டிச் சேவு கசக்கும். ஆனாலும், பல நூறுமுறை பார்த்துப் பழகிப் போனதால் அதுவும் ஞாயிற்றுக்கிழமை திருப்பலி மாதிரியான ஒரு நிகழ்ச்சியாகிப்போனது. வாசலுக்கு முன்னாலும், வீட்டுக் கொல்லையிலும் நாறிக்கொண்டிருக்கிற சாக்கடையைப் போல் சாராய நெடியும் இயல்பாகிப் போனது.

அப்படியொரு ஞாயிற்றுக்கிழமையில் அன்னையே ஆரோக்கிய அன்னையே என்று யேசுதாசின் குரலொலித்துக்கொண்டிருந்தபோது, தெருவெங்கும் ஆணும் பெண்ணும் எதிரும் புதிருமாக அலறியடித்துக்கொண்டு ஓடினார்கள். அதுவோர் அசாதாரண பரபரப்புக் குடிகொண்டிருந்த ஓட்டம். என்னவெனத் தெரியாமல் பதற்றம் மட்டும் தொற்றிக்கொள்ள ஒவ்வொருவராய் ஓட ஆரம்பித்தார்கள்.

"சாராயம் குடிக்கப்போன இருவது பேர் செத்துப் போனார்கள்."

"இல்லை, ரெண்டுபேர் மயங்கிக் கிடக்கிறார்கள். ரெண்டு ஜாதிக்கும் மீண்டும் சண்டை. வெட்டுப்பட்டுக் கிடக்கிறார்கள்."

இப்படியான யூகங்களும் புரளிகளும் நகர் முழுக்கப் பரவிப் பற்றியெரிந்துகொண்டிருந்தன. வீட்டுக்கு வந்து அப்பனைத் தேடினாள். அப்படியே வெளியேறி வீதி, ரோடு தாண்டி ஓடினாள். அந்தோணியார், இஞ்ஞாசியார், செவத்தியார், அமலோற்பவ அன்னை, கருணைக்கடல் மீட்பின் தேவன், இருக்கங்குடி மாரியம்மா எனத் தெரிந்த கடவுள்கள் எல்லோரையும் இரைக்க இரைக்கக் கூப்பிட்டாள். என் அப்பா மட்டும் பிழைத்திருக்க வேண்டுமென வேண்டிக்கொண்டே ஓடினாள்.

கரை முழுக்க ஜனங்களின் கூட்டமும், விப்போடிக்கிடந்த கண்மாயில் வேலிக் கரடுக்குள் போகவும் வரவுமான களேபரக் கூட்டம். விலக்கி ஓடினாள். அங்கே ரேவக்காள் சகாயத்தை மடியில் கிடத்திக்கொண்டு வான்நோக்கி கைகளை உயர்த்தினாள். அது நீண்டுபோய் ஆகாயம் துளைத்து, துழாவித் தேடி வெறுமனே திரும்பி வந்தது. மிதமிஞ்சிய போதையில் தெருச் சாக்கடைக்குப் பக்கத்திலும் அடுப்படிக்கு எதிரேயுமாக வாய் பிளந்து கிடந்த அப்பனின் தூக்கச் சித்திரம் நிரந்தரமாகிப் போனது.

அதன் பிறகு இரவை விட பகலிலேதான் அதிகமான இருட்டு அடர்ந்திருந்தது. அடுப்புப் பக்கமே போகாமல் அழுகையிலும் முகட்டை

வெறித்துக்கொண்டு உட்கார்ந்திருப்பதிலுமே அம்மைக்கு அநேக ஞாயிற்றுக்கிழமைகள் கடந்துபோயின. ஞாயிற்றுக்கிழமைகள் இல்லாத வாரம் வராதா என்றிருந்தது ஜெனிபருக்கு.

இரவில் எந்நேரம் முழிப்புத்தட்டினாலும் அம்மை தூங்காத கண்களோடு உட்கார்ந்திருந்தாள். அந்த வழியாகப் பார வண்டி தள்ளிக்கொண்டு போகிற சட்டை போடாத யாரைப் பார்த்தாலும் வீட்டுக்குள் ஓடிவந்து அப்பனின் புகைப்படம் பார்த்து அழுதாள். எல்லாம் கொஞ்ச நாள்தான். வயிறும் வாழ்க்கையும் அந்த இடங்களில் வேறு வேறு விசயங்களையும் மனிதர்களையும் கொண்டுவந்து வைத்துவிட்டுப் போய்விடும்.

இப்போது அண்டை வீட்டாரோடு வாரம் ஒருமுறையாவது சண்டைப் போடுவது வழக்கமாகிப் போனது. அற்ப விசயங்களுக்காகத் துவங்கும் பேச்சுப் போரின் இறுதிச் செய்திகள் இடியென இறங்கும். பரஸ்பரம் ஒருவருக்கொருவர் பிறிதோர் ஆடவனோடு பிணைத்துப் போடுவார்கள்.

துக்கம் இருந்த இடத்தில் சண்டையும் சாடைப் பேச்சும் உட்கார்ந்துகொண்டன. அம்மையின் மேல் ஜெனிபருக்கு வெறுப்பு வந்தது. ஒருவாரம் அம்மையிடம் முகங்கொடுத்துப் பேசவில்லை. அதனாலேயே சிலேட்டாவைத் தேடித் தேடிப் போனாள்.

படிப்பை நிறுத்திவிடுவது தவிர வேறு கதியில்லாதபடிக்கு வறுமை அவளைப் பயோனியர் தீப்பெட்டி ஆபிசுக்குள் கொண்டுபோய் விட்டது. கொஞ்ச நாளைக்குப் பள்ளிக்கூட வாசல் வழியே தீப்பெட்டி ஆபிஸ் போவது கேவலமாகத் தெரிந்தது. ஆனாலும் சிலேட்டாவோடு இருக்கிறதால் அது பெரிதாகத் தெரியவில்லை. அந்தத் தீப்பெட்டி ஆபீசிலும் பள்ளிக்கூடத்திலிருக்கும் பிள்ளைகளைக் காட்டிலும் அதிகமான அவளது தெருப்பிள்ளைகள் இருந்தார்கள். இப்போது அங்கு போவது கொஞ்சம் கொஞ்சமாகப் பிடித்துப் போனது. அங்கு பிலவேந்திரன் இருந்தான். அவன் பார்வை கண்களுக்குள் ஊடுருவி நெஞ்சுக்குழிக்குள் கிச்சு கிச்சு மூட்டியது. வெறுப்பு இருந்த இடத்தில் பிலவேந்திரன் வந்து குடிகொள்ளும்வரை அம்மை மோசமானவளாகத் தெரிந்தாள். ஒரு சனிக்கிழமை இரவு பத்துமணிக்கு அம்மை வெளியூர் போனதறிந்த பிலவேந்திரன், திடுமென முன்தோன்றினான். பயமும் சந்தோசமும் கலந்ததில் அவளுக்கு நா வரண்டிருந்தது. சினிமா போலில்லாமல் மூர்க்கமாகத் தொட்டான், நிஜத் தீண்டல் உணர்ந்தாள். அப்போது வாசலுக்கு வெளியே அருள்

எஸ்.காமராஜ் • 55

சித்தி சத்தம் கேட்டது. அம்மையின் பேர் சொல்லிக் கூப்பிட்டாள். இரண்டு பேரும் மூச்சை அடக்கிக்கொண்டு உள்ளிருந்தார்கள். அன்று வாசலிலிருந்து இவள் திரும்பிப் போனது மாதிரியே அருள் சித்தியும் போய்விட்டாள். இப்போதெல்லாம் சந்தோசத்தின் சுவடுகள் அம்மையின் முகத்தில் ஒளிந்து கிடந்தன. நல்ல சேலை உடுத்திக்கொள்வதிலும் ஓரளவு அலங்காரம் பண்ணிக்கொள்ளவும் நாட்டமிருந்தது. நடுநிசி தாண்டிய ஆழ்ந்த தூக்கத்தில் ஏதோ குசுகுசுப்புகள் அமானுஷ்யக் கனவுபோல் கேட்கிறது. இந்த மாற்றத்தின் காரணங்கள் கொஞ்சம் கொஞ்சமாகப் புரிய ஆரம்பித்தது. ஜெனிபரின் முகம் பார்க்கக் கூசுகிற அம்மையைப் பார்க்க மிகவும் பாவமாக இருந்தது.

ஜெனிபருக்கென்று சிலேட்டா, தீப்பெட்டி ஆபீஸ், சினிமா, அப்புறம் கற்பனைகள், அந்தக் கற்பனைச் சாயலில் ஊடுருவும் பிலவேந்திரன் எல்லாம் இருந்தன. பேச, விளையாட, பொழுது கழிக்க, கனவு காண, கொஞ்சம் கொஞ்சமாக அப்பனின் நினைவுகளை மறந்துபோக. அம்மைக்கு என்ன இருக்கிறது. நினைக்க நினைக்க அழுகை முட்டிக்கொண்டு வந்தது. வீட்டுக்குப் போய் அம்மையின் மடியில் படுத்தாள். "இதென்ன கிறுக்குத்தனம்" சொல்லிக்கொண்டே தலை வருடினாள்.

முத்துச்சாமி ஓர் அப்பாவி

*கா*தறுந்து போன அவரது பதினோராம் நம்பர் செருப்பைத் தைக்கப் போனபோது, சைக்கிள் பஞ்சராகிப் போனது. கலா சைக்கிள் கடையில் பஞ்சர் பார்க்கக் கொடுத்துவிட்டுச் செருப்பைக் கையில் எடுத்துக்கொண்டு போனான். திரும்ப வந்ததும் "பசிக்கிறது, எண்ணெயில்லாத சப்பாத்தி வேண்டும்" என்று கேட்டார். ராஜஸ்தான் கடைக்குப் போய் வாங்கிவந்தான். குளிக்க வெந்நீர் கேட்டார், தெரிந்த டீக்கடையில் சொல்லிக் காத்திருந்தான். அது பேச்சலர் அறையானதால் ஒரு வயோதிகப் பெரியவரைப் பேணிக் காப்பது ரொம்பவும் சிரமமாகத்தான் இருந்தது. தனக்கு நீரிழிவு நோயும் உயர் ரத்த அழுத்தமும் இருப்பதை நிமிசத்துக்கு நிமிசம் ஞாபகப்படுத்திக்கொண்டிருந்தார்.

நெல்லையில் முதன்மைக் கருவூலத்தில் கண்காணிப்பாளராக இருந்து ஓய்வுபெற்ற காலங்களைப் பிரஸ்தாபித்துக்கொண்டபோதெல்லாம் இராமாயணம், மகாபாரதம் கேட்கிற மாதிரி முகம் மாற்றிக்கொண்டு உட்கார்ந்திருந்தான். அவனுக்குப் பரிச்சயமே இல்லாத இந்து ஆங்கில நாளிதழ் வாங்கிவந்து கொடுத்துவிட்டு அவர் வாசிக்கிறபோதும், அதுகுறித்து வியாக்கியானம் சொல்லுகிறபோதும் 'ஓஹோ அப்படியா', 'அட இப்படியெல்லாம் நடக்குதா' என்று ஆமா போட்டுக்கொண்டு அவரோடு மூன்றுநாள் கழித்தான். அவரது பராமரிப்புக்கு அவன் மொத்தமாக முந்நூறு ரூபாய் செலவழிக்க நேர்ந்தது. ஆனாலும் இஷ்டதெய்வம் கருப்பசாமிக்குப் படைக்கிற பவ்யத்தோடு அருகிலிருந்தான்.

அந்த அறையில் தங்கியிருந்த ஆறுபேரில் மூன்றுபேர் மாறுதலாகிச் சொந்த ஊர் போயிருந்தார்கள். முத்துச்சாமி, ஜோதிமுருகன், அப்புறம் நாராயணன் மட்டுமே மிஞ்சியிருந்தார்கள். நாராயணன் வாரத்தில் ஆறுநாள் அறையில் தங்கமாட்டார். அவர் வேலை பார்க்கிற பாராமெடிக்கல் ஆய்வாளர் பதவிக்கு ஆபீஸ் கிடையாது, அட்டெண்டன்ஸ் கிடையாது. மாதம் இரண்டு செவ்வாய்க்கிழமைகள் ரிவியூ மீட்டிங் நடக்கும்.

அவர் வகிக்கிற தலைவர் பொறுப்புக்கு அது ரொம்பத் தோதாக இருந்தது. எல்லா நாட்களும் ஏதாவது ஓர் ஊருக்குப் போகிறேனென்று கிளம்பிப் போய்விடுவார். நடுச்சாமத்தில் கண்முழித்துப் பார்க்கும்போது ஏதாவது எழுதிக்கொண்டிருப்பார்.

அவரைப் பார்க்க பல ஊர்களிலிருந்தும் ஆட்கள் வந்து போவார்கள். அவர்களிடம் முத்துச்சாமியின் பியூன் உத்தியோகத்தைத் தவிர்த்துவிட்டுக் கருசக்காட்டு மனுசன், சூதுவாதில்லாத கிராமத்துப் பொக்கிசம் இப்படி உயர்வான குணாதிசயங்களைச் சொல்லுவார். முத்துச்சாமிக்கு உச்சிக் குளிர்ந்து போகும். அவர்கள் பேசுகிற அரசியல், இலக்கியம், சினிமா எல்லாம் முத்துச்சாமிக்கு ரொம்பத் தூரமாகவும் புரியாததாகவும் இருக்கும். அப்போதெல்லாம் "என்ன முத்து சார், மந்தன் படம் பாத்துருக்கீங்களா? அதுல நஸ்ருதீன் ஷா நடிப்பு பத்தி கேள்விப்பட்டிருக்கிங்களா?" என்று ஒரு குண்டைப் போடுவார். 'நாடோடி மன்னன்' பதினாறு தரம் பார்த்த முத்துச்சாமிக்கு அதில் வரும் வசனங்கள் தலைகீழ் பாடம்.

ஆனால், வேற்று மொழிப்படம் என்றால் அது எப்பவாவது பார்க்கும் ஒன்பதுமணி மலையாளப் படம்தான். அவனிடம் போய் அகிரோ

குரசேவாவைப் பத்தி அபிப்பிராயம் கேட்பது, 'அன்னா கரீனினா' நாவலைப் பற்றிப் பேசுவதெல்லாம் ரொம்பக் கூச்சத்தை உண்டாக்கும், நிலைகுலைந்து போக வைக்கும். அதனால் அப்படிப்பட்ட யாரும் வந்துவிட்டால் சட்டையை மாற்றிக்கொண்டு நைசாகக் கழண்டுகொள்வான்.

அப்படியே காலார நடந்துபோய் ஜெயா மெடிக்கலில் ஒரு கட்டிங் போட்டுக்கொண்டு பஸ் ஏறி தேவி தியேட்டர் போய்விடுவான். விடாதே விடாதே என்று சகீலாவும் துரத்த, திரும்ப அறைக்கு வந்து குப்புறப்படுத்துக்கொள்வான். சட்டி சுடுகிறதென்று தவ்விக் குதித்து அடுப்பில் விழுந்த கதையாகிப்போகும் முத்துச்சாமியின் கதை. ஆனாலும் கொஞ்சம் கொஞ்சமாக நாராயணன் அவனை ஆக்கிரமித்துக்கொண்டிருந்தார்.

"இந்த ஞாயிற்றுக்கிழமை ஊருக்குப் போறீங்களா" என்று கேட்பார். இல்லை என்று சொன்னதும், "வாங்க மதுரையில் ஒரு கூட்டம், அப்படியே போய்ட்டு வரலாம்" என்று சொல்லி இழுத்துக்கொண்டு போவார். அங்கு வருகிற பெரிய மனிதர்கள், பேச்சு எல்லாம் வியப்பான விசயங்களாகும். கூட்டம் முடிந்து திரும்புகையில் புத்தகக் கடைக்குப் போய் ஐநூறு ரூபாய்க்குப் புத்தகம் வாங்குவார்.

அதில் சின்னக் கதைப் புத்தகம் ஒன்றில் 'அன்புத்தம்பி முத்துச்சாமிக்கு' என்று எழுதிக் கையொப்பமிட்டுத் தருவார். அப்புறம் பெரிய ஓட்டல்களுக்குக் கூட்டிப்போய் உயர் ரக விஸ்கி வாங்கித் தருவார். குடிக்கச் சொல்லி அருகிருந்து வெறும் மிக்சரைக் கொறித்துக்கொண்டு பேசிக்கொண்டிருப்பார். அப்போதெல்லாம் அவனுக்கு அழுகை அழுகையாய் வரும். பிறகு முத்துச்சாமிக்கு எல்லாமே நாராயணன் சார்தான் என்றாகிப் போனது.

மாதத்துக்கு இரண்டு தரம் சொந்த ஊருக்குப் போகிறவன், இரண்டு மாதத்துக்கு ஒரு தரம் மட்டும் போனான். அண்ணன் பேருக்கு மணியார்டர் மட்டும் அனுப்பிவிட்டு அந்த அறையிலே தவம் கிடந்தான். நாராயணனுக்கு வரும் கடிதங்களை வாங்கிப் பத்திரப்படுத்தி வைத்திருப்பது, அவரைத் தேடி வருகிறவர்களை உபசரித்து அவரைப் பற்றிய தகவல் சொல்லி அனுப்புவது. இப்படிச் சம்பளமில்லாத நேர்முக உதவியாளராகிவிட்டான். சினிமா தியேட்டரில் நாராயணனை 'நீ' என்று சொன்னவனை அடித்துச் சட்டையைக் கிழித்துவிட்டான். நாராயணனும் வாய்க்கு வாய் 'முத்துசார்' என்று சொல்வதுமாக ரெண்டு பேரும் அனுமனும் ராமருமாகிப் போனார்கள்.

கடைசியாய் போன வாரம் பாண்டிச்சேரி போய்விட்டு ரெண்டுநாளில் வந்துவிடுவேன் என்று சொல்லிப்போன மறுநாளே அவரைத் தேடிக்கொண்டு அவரது அப்பா வந்தார். அன்றே அவரிருந்த இடத்தின் தொலைபேசி எண் தேடிக் கண்டுபிடித்துத் தகவல் சொன்னான். இன்னும் ஒருநாள் அவர் அவசியம் இருக்க வேண்டும். அதனால் அப்பாவைப் பஸ் ஏற்றித் திருநெல்வேலி அனுப்பிவிடுமாறு கேட்டுக்கொண்டார். அதைச் சொன்னபோது அவரது அப்பா திடமாக மறுத்துவிட்டார்.

எத்தனை மாதம் கழித்து வந்தாலும் மகனைப் பார்க்காமல் திரும்புவதில்லை என்று சொல்லும்போது ஒரு தகப்பனின் பிள்ளைப்பாசம் தெரிந்தது. அப்போது குடித்துவிட்டு வந்து தன் தலை கோதிவிடும் செத்துப் போன தகப்பனின் நினைவுகள் வந்துபோயின. இல்லாதபோதுதானே எல்லாவற்றின் அருமையும் தெரியவரும். இப்போது ஒரு விலையுயர்ந்த தகப்பன் முத்துச்சாமிக்குப் பக்கத்தில் படுத்திருக்கிறார். அவருக்குச் சவரணை செய்த சந்தோசத்தில் முகட்டுவளைப் பார்த்தபடி அவனும் படுத்திருந்தான். நாராயணனைப் போலவே அவருக்கும் சிவப்பு நிறம். முன் வழுக்கை, பருத்து மெலிந்த சரீரம். முகச்சவரம் செய்து பூர்ணம் விஸ்வநாதனைப் போலிருந்தார். அவரிடமிருந்து பழைய சிந்தால் சோப்பு வாசம் வந்துகொண்டிருந்தது. முத்துச்சாமியின் தகப்பன் ஒல்லி, கறுப்பு, என்னேரமும் சாராய வாசம்.

கொஞ்சம் அசாதாரணமான குறட்டைச் சத்தம் கேட்டது பயந்து போய் அவரை எழுப்பினான். எழுந்து மலங்க மலங்க முழித்தார். அவரது கைப்பையிலிருக்கும் மாத்திரைகளை எடுத்துக்கொடுக்கச் சொன்னார். தோளில் கிடத்தி நெஞ்சைத் தடவிவிட்டான். கொஞ்சம் தெளிந்ததும் ஆட்டோ எடுத்துக்கொண்டு ஆஸ்பத்திரிக்குப் போய் ஊசி போட்டான். சின்னதான மாரடைப்பு என்றும் குறித்த நேரத்தில் வந்தது நல்லது என்றும் டாக்டர் சொன்னார்.

அன்று விடிய விடியத் தூங்காமல் கண் முழித்திருந்தான். மறுநாள் காலை அவர் கொடுத்த தொலைபேசிக்குத் தகவல் சொல்லி அவரது இளையமகன் வரும்வரை விடுப்பெடுத்துக் காத்திருந்தான். நாராயணனின் தம்பி வந்தான். நாராயணனின் சாயல் துளியுமில்லாத அவன், அப்பா வருவது தெரிந்து நாராயணன் எங்காவது ஓட்டலில் ரூமெடுத்துத் தங்கியிருப்பான் என்று அலட்சியமாகச் சொன்னான். முத்துச்சாமிக்குக் கொஞ்சம் அதிர்ச்சியாகவும்

கோபமாகவும் இருந்தது. அவரது பொதுச்சேவை, காருண்ய குணம், ரோட்டில் கிடக்கிற பிச்சைக்காரர்களைப் பற்றி அவர் பேசுகிற உருக்கம் எல்லாவற்றையும் சொன்னான். அப்போது நாராயணனின் தம்பி புழுவைப் பார்க்கிற மாதிரிப் பார்த்தான். நிஜமாகவே அவர் பாண்டிச்சேரிக்குத்தான் போயிருக்கிறார் என்று முத்துச்சாமி வாதிட்டான்.

தீர்க்கமாகப் பார்த்துவிட்டு "ஒங்களுக்கு அவனை எத்தனை வருசமாத் தெரியும், நாலு வருசமிருக்குமா?"

"இல்ல எட்டு மாசமாகுது."

"எனக்கு இருவத்தெட்டு வருசம் தெரியும். பாவம், சூது வாது தெரியாதவரா இருக்கீங்க"

முத்துச்சாமி மௌனமானான்.

"அப்பா போட்டோ ஒன்ன பெட்டியில வச்சிருப்பானே, அதுக்குப் பூவெல்லாம் போடுவானே"

என்னென்னவோ சொல்லிவிட்டு அப்பாவைக் கூட்டிக்கொண்டு போனார். நாராயணன் மேலிருந்த நம்பிக்கையை வார்த்தைகளால் சிதைக்க முயன்று தோற்றுப்போனான் அவரது தம்பி. அவர்கள் கிளம்பிப்போன நான்கு மணி நேரத்தில் நாராயணன் அங்கு வந்திருந்ததாகச் சொன்னார்கள்.

முத்துச்சாமி ரெண்டுநாள் லீவெடுத்ததால் அலுவலகக் கோப்புகளை அடுக்கி வக்கிற அவனது வேலை தேங்கிக்கிடந்தது. எல்லாம் முடித்து இரவு அறைக்கு வரும்போது மணி பன்னிரண்டாகியிருந்தது. நாராயணன் முழித்திருப்பார் என்று நினைத்து வந்தான். அவரோ ஆழ்ந்த தூக்கத்திலிருந்தார்.

மறுநாள் விடிந்தபோதும் பேப்பர் வாங்கப் பேருந்து நிலையத்துக்குப் போனேன் என்று தாமதமாக வந்தார். அவராக அப்பாவைப் பற்றிக் கேட்பாரென்று காத்திருந்து ஏமாந்து போனான். தயங்கித் தயங்கி அவரிடம் நடந்தவற்றைச் சொன்னான்.

எல்லாவற்றையும் போனால் போகிறதென்று கேட்டுக்கொண்டிருந்துவிட்டு உரத்த ஒலியில் உச்சுக்கொட்டினார். "பெத்தத் தகப்பனுக்குப் பக்கத்திலிருந்து சேவகம் செய்ய முடியல" கண் கலங்கச் சொல்லிவிட்டு அவருக்கு வந்த கடிதங்களை வாங்கிப் படிக்க ஆரம்பித்தார். பந்தபாசம் கூட அசைக்க முடியாத மனவலிமை நிறைந்த அவரைப் பார்க்க மலைப்பாக இருந்தது.

குடிகாரத் தகப்பன் தர்மாஸ்பத்திரியில் கிடந்தது கேட்டுப் பதறியடித்து ஓடிப்போய், வட்டிக்கு வாங்கி மதுரையில் தனியார் ஆஸ்பத்திரியில் சேர்த்த நாம் எங்கே, நாராயணன் எங்கே என்று வியப்போடு பார்த்தான். நாடு, வீடு எல்லாம் இழந்து மக்களுக்காக உயிர் துறந்தவர்களின் பிம்பங்கள் தெரிந்தது நாராயணனிடம். அப்படிப்பட்ட ஒரு மாமனிதனின் தகப்பனுக்கு மூன்றுநாள் மகனாயிருந்த பெருமிதத்தோடு காலம் கடத்தினான் விருதுநகருக்குப் பக்கத்திலுள்ள பாவாலி ஊரைச் சேர்ந்த முத்துச்சாமி. இரண்டு மாதம் கழித்து வந்த ஒரு தபால் அட்டையில் நாராயணனைத் திட்டி எழுதி, அதுவரை தன்னை வந்து பார்க்காத மகனைச் சபித்திருந்தார்.

மறுவாரமே அப்பாவைப் பார்க்கப் போனதாகச் சொல்லித் திரும்பி வந்தபோது, சாந்தி ஸ்வீட்ஸ் அல்வா தந்தது முத்துச்சாமிக்குச் சந்தேகத்தை உண்டு பண்ணவில்லை. எல்லாம் பழைய கதையாகிப் போனது. நாராயணன் வேறோர் ஊருக்கு மாறிப் போய்விட்டார். அதன் பிறகு ஒருவருடம் கழித்து நைனா டீக்கடையில் நாராயணனின் அப்பா படம் போட்ட உத்திரகிரியை பத்திரிகை கிடந்தது. உருக்கமான வாசகங்களுடன் முடிந்த அந்த அட்டையில் மனதைப் பிழிகிற கவிதை இருந்தது. அதன் கீழே நாராயணன் பெயர்.

டீக்கடை நைனா “என்ன முத்துச்சாமி ஒங்களுக்குச் சேதி தெரியாதா” என்று கேட்டார். முத்துச்சாமிக்கு என்ன தெரியும் இந்த உலகத்தைப் பற்றி?

மஞ்சுவிரட்டு

ஒரு பச்சைக் கலர் தகரப்பெட்டி, கண்கள் குழிக்குள் கிடக்கிற பசி, துணைக்குச் சித்தப்பா. பஸ்ஸிலிருந்து இறங்கியபோது அந்த ஊர் இன்னும் வறட்சியாகத் தெரிந்தது. வழி நெடுகக் கடந்துபோன பொட்டல் காடுகளும் வேலிக் கருவேல மரங்களும் அதுவரைப் பதிவு செய்யப்பட்ட சினிமா கிராமங்களைக் கிழித்துப் போட்டிருந்தன.

வேலைக்கான உத்தரவு கையில் கிடைத்ததிலிருந்து அவன் வேற்று மனிதனாகிப் போனான். ஊதாரி, உருப்படாதவன் என்கிற பிம்பம் உடைந்து அரசாங்க முத்திரை குத்தப்பட்ட மரியாதை அவன் மேல் பதிந்தது. ரெட்டைப் போஸ்டுக்கு வழியனுப்ப வந்த எட்டுப் பேரில் ஆறுபேர் அவனோடு திருட்டுப் புகை பிடித்தவர்கள். அவனுக்காகக் கடிதம் கொண்டுபோனவர்கள்.

ராத்திரி பன்னிரண்டு மணிக்கு மேல் பக்கத்தூருக்குப் போய் கோழி திருடி அதைச் சுடுகாட்டுக்குப் பக்கத்திலே வதக்கித் தின்ற கூட்டம். சந்தோசம், கேலி, விளையாட்டு, பசி எல்லாவற்றையும் பகிர்ந்து கிடந்த நாட்கள் இறுகி, கண்ணீர் கடந்த அந்நேரம் ஆறு பேரும் முகம் திருப்பிக்கொள்ளப் பேருந்து நகர்ந்தது. இருபத்தி மூனு

வருசம் தரிசுக்காட்டில் நீளக்கயிரில் கட்டிப் போட்ட மாட்டைப் போல் சூரங்குடியை மட்டுமே வட்டமடித்துவந்தவன், இருநூறு கிலோ மீட்டர் தாண்டிய மற்றொரு கிராமத்துக்கு முதன்முதலாக இடம்பெயர்ந்தான். சாயங்காலம் வரை உடனிருந்துவிட்டு சாந்தாம்மா மெஸ்ஸிலும் பெருமாள் சாமியிடமும் நல்ல வார்த்தைச் சொல்லி ஒப்படைத்துவிட்ட திருப்தியில் அவனது சித்தப்பாவும் ஊருக்குப் போய்விட்டார்.

அந்த நிமிடத்திலிருந்து அங்கு எதிர்ப்படுகிற செட்டி நாட்டு மண்ணும், மனிதர்களும், பிரமாண்ட வீடுகளும் மிரட்சியை உண்டு பண்ணின. இரண்டொரு மாதங்களில் கண்மாய்த் தண்ணீரை வடிகட்டிக் குடிக்கவும், பக்கத்துக் கண்மாயில் குளிக்கவும் பழகிக்கொண்டான். இளநீரைவிடவும் சுத்தமான பம்புசெட்டில் குளித்ததும், கிணற்று நீரில் பல்டியடித்து விளையாண்டதும் பழைய காலங்களாகிப்போயின.

புதிய மனிதர்கள், புதிய பழக்க வழக்கங்கள், அரசாங்க உத்யோகக்காரன் என்கிற புதிய அடையாளம், சார் போட்டுக் கூப்பிடுகிற மரியாதை எல்லாம் பழகுவதற்கும் ஏற்றுக்கொள்ளவும் கூச்சமாகவே இருந்தன.

அதேபோல் ஒரு பொய் மரியாதையை எந்நேரமும் பையில் வைத்திருக்க வேண்டுமென்றும், உயரதிகாரிகளைக் கண்டதும் அதை உடலெங்கும் பூசிக்கொள்ள வேண்டுமென்றும் மூத்த ஊழியர்கள் சொன்னது லேசுக்குள் பழக்கத்துக்கு வரவில்லை. சாயங்காலப் பொழுதுகளில் இலங்கை வானொலியில் பாட்டுக் கேட்பதும், மொட்டை மாடி நிலவொளியில் நனைகிற தனிமையும் மட்டும் பழைமை மாறாமலிருந்தன.

இரண்டாம் நாள் சாயங்காலம் உள்ளாடை எடுக்க வேண்டிய நிர்பந்தம் வந்தது. பெருமாள்சாமிதான் கூட்டிக்கொண்டு போனார். அது ஓர் இரும்புக்கடை. போகிற வழியில் தெரிந்த நண்பரைப் பார்க்கப் போகிறார் என்று நினைத்துக்கொண்டான். அவனைக் கடைக்காரருக்கு அறிமுகம் செய்துவைத்தார். கொஞ்ச நேரம் பேசிக்கொண்டிருந்துவிட்டுக் கிளம்பத் தயாரானான்.

“ஜட்டி வாங்கவில்லையா” என்று கேட்டார். “அதான் ஜவுளிக்கடைக்குப் போறோம்” என்று விளக்கம் சொன்னான். ஆனால், அந்த இரும்புக் கடைக்குள்ளிருந்து பத்திருவது வெளிநாட்டு ஜட்டிகளைக் கடைப்பையன் கொண்டுவந்ததை அவன் எதிர்பார்க்கவில்லை. அந்த ஊர் கடலுக்கு

அருகில் உள்ள சுத்துப்பட்டிகளின் சந்திப்பாகவும் வாரச்சந்தைக் கூடுகிற இடமாகவும் இருந்தது.

எண்பதுகளின் துவக்கத்தில் இலங்கைத் தமிழர் பிரச்சினை கனன்று கொண்டிருந்த நேரம். ராணுவ லாரிகளில் வந்து நகரங்களிலும் கிராமங்களிலும் தமிழர் விடுதலைக் குழுக்களின் இரண்டாம் கட்டத் தலைவர்கள் அனுதாபமும் நன்கொடையும் சேகரித்தார்கள். தூத்துக்குடியிலிருந்து எம்.வி.எம்.சிதம்பரம் என்ற கப்பல் போக்குவரத்துத் தடை செய்யப்படாமலிருந்தது.

அது போலவே ராமேஸ்வரம் தொடங்கி வேம்பார் வரையிலான கடலோரங்களில் இரவு நேரக் கள்ளத்தோணிகள் மிகக் குறைந்த சிரமத்தில் இலங்கைக்கும் தமிழ்நாட்டுக்கும் பயணப்பட்டுக்கொண்டிருந்தன. எனவே, வருடத்தின் கால்பகுதி காலங்களில் விவசாயம் பண்ணவும் எஞ்சிய காலங்களில் ஒரே நபர் நான்கு கடவுச்சீட்டுகள் வைத்துக்கொண்டு திரைகடல் தாண்டி திரவியம் கொண்டுவரவுமான தொழில்களைப் பிரதானமாகக் கொண்டிருந்த அந்தக் கிழக்கு ராமநாதபுரம் பகுதி. ஜட்டி முதல் தங்க பிஸ்கட் வரையிலான வெளிநாட்டு மோகத்தை, வரி செலுத்தியும் செலுத்தாமலும் அவர்கள் தமிழ் மண்ணுக்குக் கொண்டுவந்தார்கள். உள்ளூர் லக்ஸ் சோப்பைவிட வெளிநாட்டு லக்ஸ் கூடுதலாக மணந்தது. இரண்டையும் ஒரே சோடா உப்பில்தான் தயாரிக்கிறார்கள். அதுவும் லீவர் லிமிடெட் என்கிற ஒரே பன்னாட்டுக் கம்பெனி என்பது அந்த உறையில் உள்ள மிக நுண்ணிய எழுத்தைப் போல மறைபொருளாகவே இன்னும் இருக்கிறது. எனவே, மருந்துக்கடைகளில் மலேசிய ஹவாய் செருப்புகளும் வெளிநாட்டுச் சிகரெட்டுகளும் கூடக் கிடைத்தன.

பெருகிய கண்மாய்த் தண்ணீரைப் பங்கு போட்டுக்கொள்ள வெட்டுக்குத்து வரை போகிறதும், விடிய விடிய முழித்திருந்து நெல்லுக்கு நீர் பாய்ச்சுவதையும் பார்த்துப் பழகிப்போன அவனுக்குப் புழுதி விதப்பாடு என்று சொல்லிக்கொண்டு மானாவாரியில் நெல் விதைக்கிற விவசாயம் அதிசயமாக இருந்தது. பழைய சினிமாவில் பார்த்த மஞ்சுவிரட்டு, மாட்டுவண்டிப் பந்தயம் எல்லாம் நேரடியாகப் பார்க்கக் கிடைக்கிற அந்தப் பகுதியில் எருதுகட்டு என்றொரு வீர விளையாட்டும் புழக்கத்திலிருக்கிறது. டெட்ரக்ஸ் சட்டைப் போட்டுக்கொண்டு சிங்கப்பூர் செண்டடித்துக்கொள்கிறவர்களும் தலைக்கு வேப்பெண்ணெய் தடவிக்கொள்கிறவர்களும் ஒரே கிராமத்துத் தெருவில் வசித்தார்கள்.

ஒருநாள் காட்டுக்குள் காலார நடந்து போய்க்கொண்டிருந்தான். இரவும் பகலும் சந்திக்கிற அந்த அந்தியில், வசீகரமான குளிர் காற்று வீசிக்கொண்டிருந்தது. தூரத்தில் நான்கைந்து சிகரெட் கங்குகளும் சன்னமான பேச்சுச் சத்தமும் கேட்டது. மாலைப்பொழுதில் வாலிபர்கள் திருட்டுப் புகை பிடிக்கிறார்கள் என்பதான யூகத்தில் வேலவர், எம்.ஜி.வள்ளிமுத்து எல்லோரையும் நினைத்துக்கொண்டே கடந்து போனான். எதேச்சையாக அவர்களைப் பார்க்க நேர்ந்தபோது தூக்கிவாரிப்போட்டது.

வட்டமாய் உட்கார்ந்து சீட்டு விளையாடுவார்கள். ஆனால், அருகருகே வட்டமடித்து உட்கார்ந்து வியாபாரக் கதைகள் பேசியபடி மலம் கழித்துக்கொண்டிருந்த ஆடவர்களை அங்குதான் பார்த்தான். அது பரவாயில்லை.

சிலபேர் ஊரை அடுத்த தார்சாலையின் ஓரத்தில் வேட்டியைத் திரைத்துக்கொண்டு உட்கார்ந்திருக்க அந்த வழியே போகிற பால்காரப் பெண்கள் சங்கோஜத்தோடு ஒதுங்கிப்போவார்கள். அப்போது அவர்களை வழியக் கூப்பிட்டுக் குசலம் விசாரிப்பதும் ரொம்பச் சாதாரணம். மூன்று நான்கு மாடியில் நவீன வீடுகளும், அரை ஏக்கரில் பழங்காலத்துப் புராதன வீடுகளும் இருக்கும். அங்கே கழிப்பறை என்பதே கிடையாது.

இந்தக் கதைகளோடும் சம்பளப் பணத்தோடும் எதாவது பொருள்களோடும் இரண்டு மாதங்களுக்கொரு தரம் ஊர் திரும்புகிறதுமாக இரண்டு வருடங்கள் ஓடிப்போயின.

அந்த இரண்டு வருடங்களில் புதிய நண்பர்கள் கிடைத்தார்கள். அவர்களுக்குள் காரியார்த்தமானவர்களையும் ஆத்மார்த்தமானவர்களையும் பிரித்துப் பார்ப்பதில் சிரமமிருந்தது. சென்னையில் மட்டுமே மையங்கொண்டிருந்த தொலைக்காட்சிப் பெட்டிகளால் மிச்சமுள்ள தமிழகத்துக்கு எந்தப் பாதிப்புமில்லாமலிருந்த காலம். அப்போது எல்லோருக்குமான ஈர்ப்பும் பொழுதுபோக்கும் சினிமா மட்டுமாக இருந்தது. ஒருவரிக் கதைகளைச் சினிமாவென நம்பிக்கொண்டிருந்த மக்களிடம், கேள்விகளை முன்வைக்கிற படங்கள் பெருவாரியாக முளைத்துவந்ததும் அதற்குப் பணம் செலவழிக்கிற தயாரிப்பாளர்கள் உயிரோடிருந்ததும் அதிசயம். 'கண் சிவந்தால் மண் சிவக்கும்' பார்த்துவிட்டுப் பல இரவுகள் தூங்க முடியாமல் அலைக்கழிக்கப்பட்டான். அந்த அவஸ்தையை வடிக்க ஒருகுயர் நோட்டு வாங்கிப் பக்கம் பக்கமாகக் கிறுக்கினான். அங்கிருந்து

பத்துக் கிலோ மீட்டர் சுத்தளவில் எங்கு ரேக்ளா வண்டிப்பந்தயம் நடந்தாலும் முதல் பத்திரிகை பேங்கைத் தேடி வந்துவிடும்.

கல்யாணம், காது குத்து நடத்தும் பிரமுகர்களின் பிரதான விருந்தாளிகளாகவும் ஆனார்கள். எல்லா இடங்களிலும் தெரிந்த முகங்கள் இருந்து வணக்கம் சொல்லும்போது மரியாதைக் கூடியது. அது சில நேரங்களில் ஆகாசத்தில் பறப்பது போலிருந்தது. தாத்தா வயசிருக்கிற முனியாண்டிப் பெரியவர் போன்றவர்கள் பேருந்து நெரிசலில் எழுந்து இடங்கொடுக்கிறபோது மனசு பிசைகிற அவஸ்தையாகவுமிருந்தது. அவன் இப்போது சாதாரண ஜனங்களுக்கு மேல் நிற்கிற ஓர் அரசாங்க ஊழியன். கடைக்கு சிகரெட் வாங்கப் போனாலும் காத்துக்கிடக்கிற கூட்டம் விலகி உடனே வெளியேறுகிற முதல்மரியாதைக்காரன்.

அவன் தங்கியிருந்த அறைக்கு எதிரே கிருஷ்ணன் கோயிலிருந்தது. விசேசக் காலங்களிலும் மார்கழி மாதங்களிலும் மைக்செட் போட்டுப் பஜனைப் பாடல்கள் போடுவார்கள். அந்த விடிகாலை குளிரில் இடுப்பில் துண்டு கட்டிக்கொண்ட ஏழெட்டுப் பேர் பதினாறு சுதிகளில் ஆண்டாள் பாசுரங்கள் பாடிக்கொண்டு வருவார்கள். ஆர்மோனியப் பெட்டி, மிருதங்கம், கஞ்சிரா சத்தங்களுக்கு ஊடாகப் பொக்கை வாய்க்குரலில் பாடுகிற அயோத்தி ராமச் செட்டியாரின் குரல் அலாதியாகக் கேட்கும்.

அந்தக் கோயில் பற்றியதான நினைவுகள் வரும்போதெல்லாம் உள்ளேபோய் கருவறையையும் சிற்பங்களையும் பார்க்க உள்ளூர ஆசை வந்துபோகும். ஊரிலிருக்கும் வரை மொட்டைப்பனை, குத்துக்கல், துருப்பிடித்த சூலாயுதம், இவையே சாமியாகவும், பன்னிக்கூடு அளவு இருக்கும் ஓட்டுச் சாய்ப்பு மாரியாத்தா கோயிலாகவும் இருந்தன.

ஆபரண பூஜியதையாய் அருளொளிரும் கண்களோடு காட்சித்தரும் சிலைக்கோலம் பார்க்கிற பாக்கியம். பேர் சொல்லி நட்சத்திரம் இணைத்துக் காத்திருக்கிற பவ்யம். பிரகாரம் சுற்றிக் காலோய்ந்து உட்காருகிற ஆசுவாசமான தருணம் எல்லாமுமே இன்னோர் உலகமாக இருந்தது. ஆயர்பாடி மாளிகையில் பாட்டுக் கேட்கிற எல்லா இளங்காலையிலும் அந்த மாயக் கண்ணனைக் காணும் ஆவல் கூடிக்கொண்டு போகும். திருவாதிரைக் களியைக் கையிலேந்துகிறபோது ஒரு பத்தடி தூரத்துக்குள்ளிருந்து கடவுளும் மனிதனும் சந்தித்துக்கொள்ளாமல் இருக்கிற வேதனை வந்து போகும். இப்படியே ஒருவருடம் ஓடிப்போனது. அந்த ஊரின் மனிதர்களும்,

மூலை முடுக்குகளும், கிருஷ்ணன் ஆலயத்து நேர்ந்துவிடப்பட்ட கோயில் மாடும்கூட சிநேகிதமாகிப் போனது. ஊரின் கீழ்கோடியில் புதிதாகக் கட்டப்பட்ட துர்க்கையம்மன் கோயிலுக்குக் கும்பாபிசேகம் நடந்தது. முந்திய நாள் சிறப்புப் பூஜைக்காக ஊரின் பிரமுகர்களோடு இவனும் அழைக்கப்பட்டிருந்தான்.

நெடுநாள் கனவொன்று வேறுவிதத்தில் நனவாக இருந்தது. முதல் நாள் இரவு நடக்க இருந்த விசேசப் பூஜைக்காக நாகராஜனைத் துணைகொண்டு போனான். தூரத்திலேயே 'கற்பூர நாயகியே கனகவல்லி' பாட்டுக் கேட்டது. அதே சாயலில் ஹனீபாவின் 'தீனோரே ஞாயமா மாறலாமா' இருக்கும். இந்த இரண்டின் மூலப்பாடலாக, 'ஆதாஹே சந்த்ரமா ராத்து ஆஜ்' என்றொரு ஹிந்திப் பாடல் இருப்பதைச் சொல்லிக்கொண்டே நாகராஜனுடன் நடந்தான்.

வயரிங், பிளம்பிங் வேளைகள் இல்லாதபோது மேனேஜருக்கு எடுபிடி வேலைகள் செய்வதன் மூலம் அன்றைக்கான சாராயத்துக்கோ, கால் பாட்டில் சீமைச்சாராயத்துக்கோ உத்திரவாதம் பண்ணிக்கொள்ளும் நாகராஜனுடன் போய்க்கொண்டிருந்தான். தவிரவும் நாகராஜன் ஊரறிந்த வேதியர் மகன்.

"இப்பத்தைக்கிதான பர்ஸ்ட், பர்ஸ்ட்டா கும்பாபிசேகம் பாக்கப்போறீர்" என்று அதை நாகராஜனும் சொல்லிக் காண்பித்துவிட்டான். கோயிலை நெருங்கும்போது ஊதுவத்தி, சாம்பிராணி, சந்தனத்தோடு பூமாலைகளின் வாசம் வந்துகொண்டிருந்தது. ஆட்கள் பூஜைக்கான பொருள்களோடு போவதும் வருவதுமாக எதிர்ப்பட்டார்கள்.

இருட்டில் அடையாளம் கண்டுகொண்டு "மீசக்கார மேனேஜர் வல்லையா" யாரோ கேட்டுக்கொண்டு கடந்துபோனார்கள். ஏற்கெனவே அரை போதையிலிருந்த கோயில் முக்கியஸ்தர்களில் ஒருவர் நாகராஜனை உரிமையோடு இழுத்துக்கொண்டு போனார். "டே... ஆறுமுகம் பூஜை இருக்குடா" என்று சொல்லிக்கொண்டே பின்னால் போனார். "ஏ... குட்டச்சாமி... இதுவும் பூஜைதாயா, மில்டரி சரக்கு."

அவர்களிருவரும் அந்த மிலிட்டரி சரக்கைப் பற்றியும் போன பொங்கலுக்குக் குடித்த இதுபோன்றதொரு தருணத்தைப் பற்றியும் பேசிக்கொண்டு அந்த இடத்தினின்றும் கடந்து போனார்கள். இப்போது அவன் மட்டும் அந்தத் திருவிழா பரபரப்பில் தனித்துவிடப்பட்டிருந்தான்.

சிலை வந்து சேருவதற்குத் தாமதமாகியிருந்ததால் மின்சார வெளிச்சத்தில் பீடத்தை அப்போதுதான் கட்டி முடித்துப் பூசிக்கொண்டிருந்தார்கள். பூசி முடித்தவுடன் வெள்ளையடிக்கத் தயார் நிலையில் சுண்ணாம்புப் பால் வாளிகளில் காத்திருந்தது. மறுநாள் அன்னதானத்திற்கான சமையல் வேலைகள் துரித கதியில் நடந்தேறிக்கொண்டிருந்தது. உரலிடிக்கிற, மாவாட்டுகிற, காய் நறுக்குகிற வேலைகளுக்கு ஊடாக எடுப்பான பெண்களின் பின்னால் மைனர்கள் அலைந்தார்கள். “அப்பச்சி, ஆத்தாகிட்ட சொல்லிருவேன்” என்று சொல்லிச் சாராய நெடியின் வாசத்தை எட்டிப் போகச் செய்தார்கள். தர்மகர்த்தா வந்து ஒரு நாற்காலி ஏற்பாடு செய்து அவனை உட்காரச் சொல்லிவிட்டு “இருங்க இன்னுஞ் செத்த நேரத்தில் பூஜை ஆரம்பிச்சுரும்” என்று போனார்.

நேரம் மந்தமாக நகர்ந்துகொண்டிருந்தது. ரூமுக்குப் போய்விட்டு வரலாமா என்று யோசனை பண்ணினான். அதற்குள் நாகராஜன் வந்துவிட்டான். பக்கத்தில் உட்கார்ந்துகொண்டு, வழக்கம்போல பெண்கள் பற்றிய பேச்சை ஆரம்பித்தான். திருவிழாக் காலங்களுக்கென ஒரு குதூகலம் இயல்பிலே அமைந்துபோகும். எல்லா வயதினருக்குமான எல்லாமும் அங்கே நிறைந்திருக்கும். பூ மஞ்சள் வாசனைப் பவுடர் எல்லாம் கலந்தொரு வாசம் மிதந்து கிடக்கும். அது மிக மிக அலாதியானது.

மசாலை இடிக்கிற கீழ்க்குடியிருப்புப் பெண்ணைக் காண்பித்து அவன் சொன்னவை இரவு ஒன்பது மணிக்காட்சி மலையாளப் படங்களுக்கு இணையானவை. ஒலிபெருக்கியில் சிவனுக்கிசைந்த பாடல் நிறுத்தப்பட்டு உய்யங்க் என்ற சத்தம் சரி செய்யப்பட்டது. “ஹலோ, ஹலோ, மைக் டெஸ்டிங் ஒன் டூ த்ரீ உங்கள் மத்தியில் ஒலி பெருக்கிக்கொண்டிருப்பது” என்று கடகடத் தமிழில் விளம்பரம் நடந்தது. அப்புறம் வேற்றுக்குரலில் “சிறப்புப் பூஜை ஆரம்பிக்க இருப்பதால் மேளக்காரர்கள், சமையல்காரர்கள், சுத்தக் குறைவானவர்கள், தீட்டுப்பட்டவர்கள், கீழ்ச்சாதிக்காரர்கள் எல்லோரும் கோயில் வளாகத்தைவிட்டு வெளியேறும்படிக்குக் கும்பாபிசேகக் கமிட்டியார் கேட்டுக்கொள்கிறார்கள் என்று பிரகடனப்படுத்தினார்கள். திரும்பவும் பக்திப் பாடல், ஒருநிமிட இரண்டு நிமிட இடைவெளியில் திரும்பவும் அறிவிப்புமாகத் தொடர்ந்தது. எல்லோரும் போய்விட்டார்கள் பூஜைக்கான பொருட்கள் அடுக்கப்பட்டுத் தயாராயிருந்தன.

மீண்டும் அறிவிப்பு ஒலித்தது.

பீடத்தைச் சுற்றிப் பெருக்கிக்கொண்டிருந்த ஆளை, "நீ இன்னுமா போகல" என்று உரிமையோடு விரட்டினார்கள். நாகராஜன் இவன் முகத்தை உற்றுப்பார்த்தான். அதற்கு எதோ அர்த்தம் இருப்பது போலிருந்தது.

ஊதுவத்தி, சாம்பிராணி, சந்தன வாசனைகள் மங்கிப்போய் புழுங்கல் நாற்றமடித்தது. இவனது உருவம் கரைந்துகொண்டிருந்தது. நாகராஜன் இவனது கையைப் பற்றியிருந்தபோதும் அத்துவானக் காட்டிலிருப்பது போலிருந்தது. கோயில் வளாகத்தைவிட்டு வெளியேறினான்.

தூரத்தில் கோயிலின் வெளிச்சம் தெரிந்ததும் அவன் திரும்பிப் பார்க்கவில்லை. ஒலிபெருக்கி வழியே மந்திரச் சத்தம் கிணற்றுக்குள்ளிருந்து வருவதுபோலச் சன்னமாகிக்கொண்டிருந்தது. அவனுக்குச் சற்று முன்னால், மேளக்காரர்கள், சித்தாள் வேலைக்காரர்கள், சமையலுக்கு ஒத்தாசை பண்ணியவர்கள், பெரும் கூட்டமாகப் போய்க்கொண்டிருந்தார்கள். சிரிப்பும் சத்தமுமாக ஏதோதோ பேசிக்கொண்டு கோயிலின்றும் ஒதுக்குப்புறமாகப் போய்க்கொண்டிருந்தார்கள்.

பிஞ்சைக்காவல்

குருபாத தாத்தா காவலுக்குக் கிளம்பிவிட்டார்.

கருப்புக் கம்பளி உடம்பைச் சுத்திக்கிடக்கும். வேஷ்டி இடுக்கில் ஒருகட்டு பீடியும் புலிமார்க் தீப்பெட்டியும் இருக்கும். காக்கி நிற மப்ளரைத் தலைப்பாக் கட்டியிருப்பார். கையில் மூனுகட்டை சிங்கப்பூர் பேட்டரி லைட் இருக்கும்.

"பனியிலயும் மலயிலயும் நனைஞ்சி அப்படி என்னத்தக் கண்ட" மகள் ஜெயகுமாரி சலிப்பாள்.

"சும்மா கெடம்மா. இங்க என்னத்தச் சாதிக்கப் போறேன்"

"படுத்த எடத்தச் சுத்தியே களவு போவுது. பின்ன எதுக்குப் பழியென்னு கெடக்கணும்"

தெனத்துக்கும் மவளும் தர்க்கம் பண்ணிக்கிட்டாலும் குருபாதத் தாத்தா சோத்துப் பருக்கையை வுளுங்கிட்டு ஒம்பது மணிக்குக் கட்டாயம் பொறப்பட்டுப் போவார்.

ஊரையடுத்த பத்துப் பிஞ்ச தள்ளி குருபாத தாத்தாவுக்கு ஒண்ணர ஏக்கரில் கடலப் பிஞ்ச. மானம் பாத்த பூமி. ஆடி மாசம் விதப்பாடு நடந்தா மார்கழி ஆரம்பத்துல வெள்ளாமை எடுக்கலாம். அந்த நாலு மாச வெள்ளாமையில் கடல வெளஞ்சி காவக் காக்குறது அய்ப்பிய, காத்திய மாசத்துலதான்.

தாத்தா நாலு மாசமும் பிஞ்சய வுட்டுட்டு அழுவாரு. காலத்துல கடல வெதச்சாப் பெறகு மூனாவதா பிஞ்சயும்

சேந்துகொள்ளும். வம்புதும்புக்குப் போவாத அப்பிராணி. கட்ட பீடியக்கூட காதுலச் செருகி வச்சிருக்கிற சிக்கனம். பகல்ல கூலி வேலக்கிப் போயிருவாரு. ராத்திரியானா கடலப் பிஞ்சதான்.

ஈசான மூலயில கம்மந்தட்ட வச்சிக் கட்டின குடிசையிருக்கும். உள்ளே ஓர் அரிக்கேன் லைட்டிருக்கும். கடுமையா குளிரடிச்சாலும் தூறல் வுழுந்தாலுந்தான் தாத்தா உள்ள போய் மொடங்கிக்குவாரு. மத்தபடி குடிசைக்கு வெளியே புல் செடிகள வெட்டி சமப்படுத்திய செம்மண் தரையில் ரெண்டு மூணு ஊரியாச் சாக்கை விரிச்சி அது மேலப்படுத்து மூஞ்சி தெரியாம கம்பளிய மூடி தூங்கிப்போவாரு.

காலேஜிக்குப் போற பையன்களுக்கும், அவங்க கூட்டாளி எளவட்டங்களுக்கும் கத்தரி சீரட்டு வாங்கி ஊர் மந்தையில் திருட்டு தம் அடிப்பதும் "ஏ... ஒங்காளு கடைக்கும் வீட்டுக்குமா மூணு தடவ தெருவ அளந்தா... நீ எங்க போய்த் தொலைஞ்ச" பேசிக்கொள்வதும், சாத்தூருக்கு செகண்ட் ஷோ போவது மாதிரியே கடல களவாங்கப் போறதும்.

இப்படித்தான் ஒருநாள் அண்ணாமலைச்சாமி பிஞ்சய குறிவச்சு ஏழெட்டுப் பேர் போனாங்க. குருபாத தாத்தா பிஞ்சயக் கடக்கும்போது பேர் தெரியாத ராத்திரி பூச்சிகளின் இரைச்சலும், சாத்தூர் ரோட்டுல போற லாரி பஸ்களின் சத்தமும், மேட்டுப்பட்டி அய்யப்பன் பஜனையில் கட்டக்குரலில் தனக்குத் தெரிஞ்ச ராகத்தில் கார்த்திக மாச மாலையணிஞ்சு உருகுவதும் துல்லியமாய்க் கேட்டுக்கொண்டிருந்துச்சு.

திடீர்னு "அடையாளம் பாத்துட்டன்... வாங்கடி... வாங்க... விடிஞ்சதும் ஊரக் கூட்டிர்றேன்" என்ற வார்த்தைகளைக் கேட்டு ஆளுக்கொரு மூலை சிதறி ஓடினாங்க. அதுக்குப் பிறகு பகல்லயும் ராத்திரியிலயும் சாப்பாடு நேரம் தவிர மத்த நேரங்கள்ள தலை காட்டாம அலைஞ்சாங்க. ஊருக்குள்ள நாலுபேர் ஒண்ணா நின்னாலும், ஒவ்வொருத்தன் நினைவும் ஊர்ப் பஞ்சாயத்துல நாலணாக் கட்டி ஊர்த் தலைவர் கால்ல வுழற மாதிரியும், படிச்சும் புத்தியில்லயா என்ற பிரசங்கங்களுமா வந்து படாதபாடு படுத்தும்.

கொஞ்ச நாள்தான். திரும்பவும் தைரியம் வந்து சாமத்துல பாதை மாத்திப் போனார்கள். மறுபடியும் அதே குரல். "வாங்கடி... வாங்க... விடிஞ்சதும் ஊரக் கூட்டிர்றேன்." ஓடுறதுக்கு ரெடியானவர்களை சின்னச்சாமி கைப்பிடிச்சி அமர்த்தினான். அவனுக்குப் பலமான சந்தேகம். இருவது

வயது எளவட்டத்துக்கே பத்தடி தள்ளியிருக்கும் பொருள் தெரியாத இந்தக் கருக்கிருட்டுல கெழவனுக்கு எப்படித் தெரியும்னு.

அண்ணாமலைச்சாமி தோட்டத்துக்குப் போய் ஆளாளுக்குப் பத்துச் செடிய கலக்கமா புடுங்கி ஒரு கட்டுத் தேறும் அளவுக்குச் சேத்துக் கிளம்பி குருபாத தாத்தா பிஞ்சக்கருகில் வரும்போது அரவம் இல்லை. கடந்துபோன பிறகு அதே குரல் "வாங்கடி.. ங்கொப்பன ஒதக்கிற பயலுகா..." அதுக்குப் பிறகு குருபாத தாத்தாவை மூஞ்சிக்கு நேர் நாலைஞ்சி தடவ எல்லோரும் பாத்தாச்சு. "இந்தத் தடவ களவாங்க வேண்டாம். சும்மா போவம். கெழவன் என்னதான் பண்றான்னு பாத்துருவம்."

குருபாத தாத்தாவின் குச்சலுக்குப் பத்துப் பாகம் தள்ளி உட்கார்ந்து கொண்டார்கள். தட்டாம்பயிறு பட்டத்துக்குப் பக்கமா உக்காந்தா எந்தக் கொம்பனாலயும் கண்டுபிடிக்க முடியாது. ஆனா... "வாங்கடி... ங்கொப்பன ஒதக்கிற பயலுகா" இதே மாதிரி கா மணி, அர மணி நேரத்துக்கொரு தடவ தாத்தா கீரல் விழுந்த ரிக்காடு மாதிரி சொல்லிட்டே இருந்தாரு. போனவங்களுக்கு எல்லாம் புரிஞ்சிட்டு. தாத்தா கடுமையான தூக்கத்துலயே அப்பப்போ குரல் மட்டும் குடுக்குறாரு.

மறுநா காலைல தாத்தா தலமாட்டுப் பக்கத்துலயே கூட்டமா பத்து இருவது கடலச்செடி இருந்த தடம் கிடந்தது. பிஞ்சப் பொழியில அந்த இருவது செடிகளும் கடலயில்லாம கிடந்தது.

அதுக்குப் பெறகு யாரும் அந்தப் பக்கம் களவாங்கப் போறதில்ல. தாத்தா ராத்திரியில காவலுக்குப் பொறப்பட்டு வரும்போதெல்லாம் ஆம்பள பொம்பள சிறிசும் பெரிசுமாய்,

"என்ன தாத்தா காவலுக்கா?"

தாத்தா பெருமையாய், "ஆமய்யா... ஆமய்யா..." நடையைப் போடுவார். அவரு பத்தெட்டுக்குப் போனதும் "விடிஞ்சதும் ஊரக் கூட்டிர்றேன்" யாராவது சொல்வார்கள்.

கூட்டமே சிரிச்சுக் கெடக்கும்.

எஸ்.காமராஜ்

அடமானம்

நகைக் கடன் கௌண்டரில் பெண்கள் நெருக்கிக் கொண்டு காத்திருக்க ஒன்றிரண்டு ஆண்கள் தூரத்தில் நின்றுகொண்டு சபித்துக்கொண்டிருந்தார்கள். மகளிர் சுய உதவிக்குழுப் பெண்கள் பெஞ்சில் உட்கார்ந்துகொண்டு பணத்தைத் தட்டுத் தடுமாறி எண்ணி எழுதிக்கொண்டிருந்தார்கள். வந்து ரெண்டு நிமிசம் கூட ஆகாதபோதும் எதோ இரண்டாயிரம் ஆண்டு காத்திருந்த சலிப்பில் உஸ்ஸ் உஸ்ஸென்று குரலெழுப்பிக் கொண்டிருந்தார் ஒரு நவநாகரிக ஆசாமி.

அவரது கைப்பேசியில் அதுகுறித்து அலுத்துக் கொண்டிருந்தார். அவர் போய்த்தான் ஏவப்படவிருக்கும் ராக்கெட்டின் அனுப்புவிசைப் பொத்தானை அழுத்தப் போகிற பரபரப்பில் காணப்பட்டார்.

இன்னமும் வங்கி வாடிக்கையாளர்களுக்கென்று தனித்த அடையாளம் தொங்கிக்கொண்டிருக்கிறது. அவர்கள் பணத்தால் அடையாளப்படுத்தப்படுகிறார்கள். ஆனால், தூரத்துக் கிராமங்களிலிருந்து வரும் சில சுய உதவிக்குழுக்களின் கறுப்புப் பெண்கள் நாற்காலிகளிலும் பெஞ்சிலும் உட்காராமல் ஒரு

மூலையில் தரையில் உட்கார்ந்துகொண்டு போகிற வருகிறவர்களை வேடிக்கை பார்த்துக்கொண்டிருப்பது தீரவில்லை.

சின்னப் பெண்ணொருத்தி தன் பாட்டியுடன் நின்றிருந்தாள். அவர்களைச் சுற்றி ஒரு மரியாதைக்கான இடைவெளியும் வளையமும் உருவாக்கப்பட்டிருந்தது. அவள் கழுத்திலும் காதிலும் மிச்சமாக நகை ஏதும் தென்படவில்லை. வெளியிடங்களுக்குக் கிளம்புகிற பெண்களின் ஆடையலங்காரம் ஏதுமில்லாதவளாக, சாயம்போன கலர் தாவணியும், பச்சை நிறப் பாவாடையும் வெள்ளை நிறச் சட்டையும் அணிந்திருந்தாள். அது அவளுடைய பழைய பள்ளியின் சீருடையில் பாதி என்பது பின்னாள் தெரியவந்தது.

ஏங்கிக் கிடக்கும் வயிறோடும் கண்களோடும் பெரிய வீடுகளின் புறவாசலில் பாட்டியின் நிழலில் நிற்கிற மாதிரியே நின்றுகொண்டிருந்தாள். நெடுநேரம் காத்துக்கிடந்த சலிப்புக் கால்களில் நின்றிருந்தது. நம்பிக்கை குறைந்துபோன தவிப்பு கண்களில் தெரிந்தது. "எவ்வளவு நேரம் சொல்றது இதுக்கு ரெண்டாயிரம் தர முடியாது. வித்தாக்கூட அவ்வளவு தேறாது" கண்டிப்பான குரலில் கிழவியை அப்ரைசர் விரட்டிக்கொண்டிருந்தார். தன் வாழ்நாளில் அவ்வளவு தங்கத்துக்குச் சொந்தமானதே கிழவிக்கு அதிசயம்.

அவளுக்கு அன்றைய சந்தை மதிப்பும் அதில் கடனாக வழங்க முடிகிற சதவீத வங்கி விதியும் தெரிந்திருக்க நியாயமில்லை. வாசலைக் கூட்டித் தெளிப்பதற்காகப் போவதைத் தவிர நகைக்கடையோடு அவர்களுக்கு வேறு பரிச்சயம் இல்லை. பிழைப்பதற்கு உழைக்கவும், காலில் விழவும் மட்டுமே தெரிந்திருந்த பாட்டி அவரைப் பார்த்துக் கைகூப்பி "சாமி வேற வழியே இல்ல, நீங்க பாத்துப் பெரிய மனசு பண்ணுங்க"ன்னு சொல்லும்போது அந்தப் பெண் தலை கவிழ்ந்திருந்தாள். மீண்டும் அவர் அந்தப் பெரிய மனுசிக்குப் புரியவைக்கப் பிரயத்தனப்பட்டார். "நா கையிலிருந்தா கொடுக்கப்போறேன், பேங்கு சட்டம் அப்படிம்மா" அந்தப் பெரிய மனுசிக்குக் கடைசி அஸ்திரம் ஒன்றுதான் பாக்கி இருந்தது.

நகை மதிப்பீட்டாளரின் காலில் விழப்போனாள். வாடிக்கையாளர்களும் ஊழியர்களும் ஒருசேர கவனிக்கும்படியானது. அந்த அசாதாரண சூழலை விசாரிக்க ஒவ்வொருவரும் ஆவலானார்கள். யார் கண்ணும் உற்று நோக்காத இடத்திலிருந்த கிழவியும் பேத்தியும் உடனடிச் செய்தியானார்கள். அவர்களின் கதையும் பேசப்பட்டது.

கிழவிக்கொரு மகனிருந்ததும், செருப்புத் தைத்துச் சம்பாதித்த பெரும்பொருளைக் குடித்தே தீர்த்ததாகவும், பெருங்குடியினால் ஒருநாள் இறந்து போனதாகவும், அதன் பிறகு தாயாகப்பட்டவள் காணாமல் போனதாகவோ, இல்லை வேறொருவரோடு குடும்பம் நடத்துவதாகவோ சொல்லப்பட்டது.

பிறகு, கிழவியின் நிழலில் வளர்ந்த அந்தப் பெண் படித்தாள். மேனிலைப் பள்ளி இறுதிவரை தாக்குப் பிடித்ததே பெரும் வைராக்கியத்தில்தானாம். நேரம் கிடைக்கிறபோதெல்லாம் தீப்பெட்டிக் கட்டு ஒட்டுவதும், தூக்கம் வருகிற நேரமெல்லாம், புத்தகத்தைத் தூக்கி வைத்துக்கொண்டு படிப்பதுமாகக் கல்வியையும் வாழ்க்கையையும் எதிர்கொண்டாள்.

பத்தாம் வகுப்பு வரை கிடைத்த சத்துணவுச் சாப்பாடு ஒருநாளின் பெரும் பகுதியைக் கடத்த போதுமானதாக இருந்தது. பதினோராம் வகுப்பு வந்த பின்னால் அதுவும் தடைபட்டுப் போனது. அப்போதெல்லாம் பாட்டியின் வருகைக்காக வயிறு காத்துக்கிடக்கும். அவள் வாசல் தெளிக்கிற வீடுகளில் தர்ம சிந்தனைக்காரர்கள் போடும் மிச்ச சோத்தைக் கக்கத்தில் இடுக்கிக்கொண்டு ஆடி ஆடி வருவாள்.

சிறு பிள்ளையாயிருந்தபோது அதுதான் அவளது இஷ்ட உணவு. அடுப்பெரிவதே அரிதான குடும்பத்தில் கூட்டும் பொறியலும் கனவின் பட்டியலில் கூட இடம்பெறாது. ஊசிப்போன பழைய குழம்பும் கூட்டும் பசியை இன்னும் கூட்டும். எப்போதாவது பர்மாக் கடையில் உட்கார்ந்து புரோட்டாவும் சால்னாவும் சாப்பிட வேண்டுமென்று கங்கணம் கட்டிக்கொள்வாள். வகுப்பறையில் தன்னையொத்த மாணவிகளின் சாப்பாடும் சைக்கிளும் ஆடைகளும் அறிமுகமான பிறகு அவளுக்கு இருந்த கனவுகளும் கூட அருவருப்பாகின. ஆனாலும், பசியை அடக்க பாட்டி கொண்டுவரும் மீதச் சாப்பாடு தவிர வேறு கதியில்லாமல் போனது. இரவில் சீருடையைச் சோப்பில்லாமல் துவைத்துக் காயப் போட்டுவிட்டு பாட்டியின் இலவசச் சேலையை உடுத்திக்கொண்டு கிளம்புவதும் வாடிக்கையாயிருந்தது.

ஆடையின் புழுங்கல் வாடையைச் சகிக்காமல் பக்கத்து இருக்கைப் பிள்ளைகள் ஒதுங்கி உட்காருவதும் கூட வாடிக்கையாயிருந்தது. அவர்களும்தான் என்ன செய்வார்கள், அழகு சாதனப் பொருள்களும் வாசனை திரவியங்களும் பூசிவரும் பிள்ளைகள் மத்தியில் புழுங்கல் நாற்றம் சகிக்க முடியாததுதானே.

இந்த அவமானங்களால் இரண்டு முறை படிப்பை விட்டுவிடத் தீர்மானித்தாள். பாட்டியின் ஒப்பாரியைச் சகிக்க முடியவில்லை. அவளை நினைக்கும்போது பெரும் குழுப்பமாக இருக்கும். தெருவில் சொந்தக்காரர்களிடம் பேசும்போதெல்லாம் "எம் பேத்தி படிச்சு, ஆளாகி இதே தெருவுல கார்ல வந்து இறங்குவா" நரம்புகள் புடைக்கிற வீராப்பிலும், கண்கள் ஒளிவிடுகிற நம்பிக்கையிலும் பேசுவாள். காக்கி நிறத் துணிப்பையில் புத்தகங்களைத் தூக்கிக்கொண்டு நடக்கிறபோது பின்னாலிருந்து பார்த்துப் பூரித்துப்போவாள்.

ராமமூர்த்தி சாலையில் டீக்கடைக்குப் பக்கத்தில் அவளை மாதிரி புலக்கடை சுத்தம் பண்ணும் சகாக்களோடு உட்கார்ந்திருக்கையில், கடந்து போகும் காலடிகளில் வேலைக்குப் போகும் பெண்களின் காலடித் தடத்தை அழுந்தக் கவனிப்பாள். வீட்டுக்கு வந்து 'ஒன்னிய ஒரு கவுறுதியான இடத்தில் ஒக்கார வைக்கிற வரைக்குமாவது ஏ உசிர உட்டுவய்க்கணும்" என்று பிதற்றுவாள். பெரிய வீடுகளின் புறவாசலில் நின்று "எம்மோ...ய்" என்று அவள் கூவுகிற சத்தம்தான் அவளை விரட்டிக்கொண்டிருந்தது. நடுச்சாமத்தில் திடுக்கிட்டுக் கண் முழிக்கச் செய்யும், வயிறு எரியும். தண்ணீர்விட்டு அணைத்துக்கொள்வாள். அந்தச் சத்தம்தான் மீண்டும் மீண்டும் அவளைப் பள்ளிக்கூடம் சேர்த்தது.

ஒருவருசத்தில் இரண்டு மூன்றுதரம் அவளுக்கு ஆவணி அவிட்டம் வரும். இதை ஓரளவிற்கு ஊகித்துக்கொண்ட அந்தோணியம்மா டீச்சர் அவ்வப்போது பணமும் துணியும் தருவார்கள். அது பழையதாயிருந்தாலும் அந்த வாஞ்சை புதியதாயிருக்கும். தொடர் ஓட்டக்காரியின் கையிலிருந்து நீட்டிய பொத்தானைப் போல அதை வாங்கிக்கொள்வாள். அதைவிட நானும் இப்படித்தான் படித்தேன் என்று சொல்லும்போது நம்ப முடியாமலிருந்தாலும் ஒரு தீக்கங்கை வைத்து ஊதிவிடுவது போலிருக்கும். அந்தத் தீ பற்றியெரிந்து பன்னிரண்டாம் வகுப்பில் பள்ளி முதல் மாணவியானாள். தினத்தந்தி பேப்பரில் கூடப் பெயர் வந்தது. பள்ளி விழாவில் சான்றிதழ் தந்தார்கள். அரசாங்கம் தந்த தங்கப் பதக்கமும் கிடைத்தது. அதன் பிறகு என்ன செய்வதென்று தெரியாமல் பாட்டி தள்ளாடினாள். இஞ்சினியர், டாக்டரென்கிற யோசனையெல்லாம் லட்சங்களைக் காட்டிப் பயமுறுத்தின.

நுழைவுத் தேர்வுக்கு விண்ணப்பிக்கிற இடங்களில் கூட நுழைய முடியாத அவள், அந்தோணியம்மா டீச்சரைப் போலொரு டீச்சராகவாவது ஆகிவிட விரும்பினாள். படிப்புக்கும் விடுதிக்குமாகக் கேட்ட தொகை இரண்டாயிரம், மலைபோல் மறித்து நின்றது. எங்கெங்கோ கையேந்தினாள். பாட்டி கையேந்திய இடங்களில் வழக்கமான பழைய சோறு தவிர வேறு ஏதும் தேறவில்லை. பாத்திரமறிகிற பிச்சை. வாழ்க்கை முழுவதும் சேர்த்து வைத்த வறுமையும் படிப்பும் தவிர இப்போதைக்குச் சொத்தாக அரசாங்கம் கொடுத்த பதக்கம் மட்டுமே இருந்தது. அதையும் வெறும் ஆயிரம் ரூபாய்க்குக் கேட்டார்கள். விற்பதற்கு ரெண்டு பேருமே தயாராக இல்லை. ஒருவேளை இரண்டாயிரம் தந்தால் விற்கச் சம்மதித்திருக்கலாம். யாரோ சொன்னார்களென்றுதான் வங்கிக்கு வந்திருந்தார்கள்.

இந்த ஒருபக்கக் கதை கேட்ட பெண்கள், ‘அண்ணாமலை’, ‘சொர்க்கம்’, ‘சித்தி’, ‘அண்ணி’ தொடர்களில் இருக்கும் அதிர்ச்சி திருப்பங்கள் இல்லாததால் சுவாரஸ்யம் குறைந்து போனார்கள். இன்னும் சிலர் இதையொத்த கதைகள் சொல்லிச் சேர்ந்துகொண்டார்கள். ஊழியர்களில் சிலர் உச்சுக்கொட்டியபடி, கம்ப்யூட்டர் சயின்ஸ் படிக்க வைக்கலாமா, எலக்ட்ரானிக்ஸ் படிக்க வைக்கலாமா என்று அவர்களின் சந்ததிக் கனவைத் தொடர்ந்தார்கள். இந்த இருட்டுக்கதை சில மணித்துளிகளைக் கடத்துவதற்கான காரணமாயிருந்தது.

அப்போது போட்ட பேனாவைத் திரும்பத் தொடாதபடிக்கு உறைந்து போன மாணிக்கமும் மாதவனும் பெட்டிக்கடைக்கு இறங்கிப் போய் புகை பிடித்தார்கள். புகை வெப்பத்திலும் உருகாமல் கெட்டியாயிருந்தன அதிர்வுகள். ஆங்கோர் ஏழைக்கு எழுத்தறிமுகம் கிடைத்த பின்னும் தீர்ந்து போகாத இருட்டு. தாய் தெள்ளித்தின்ற மண்ணைத் தவிர இந்தப் பரந்த உலகின் சொந்த மண் தேடும் ஏக்கம் எல்லாம் சுழன்றடிக்கிற வெப்பத்தில் தீயெடுத்துக்கொண்டு போனார்கள். ஊழியர்கள் ஒவ்வொருவரையும் தனித்தனியே நிற்கவைத்துக் கையேந்தினார்கள். நிதி மிகுந்தவர்களின் அலட்சியமும் வலியுணர்ந்தவர்களின் ஆதங்கமுமாக முன்னூறு ரூபாய் திரண்டது.

அப்போதுதான் சங்கர பாகம் எதிர்ப்பட்டார். வேண்டா வெறுப்பாகச் சொன்னபோது எல்லோரையும் விட அதிகமாக அதிர்ந்துபோனார். தன் மகளுக்கு அனுப்ப வைத்திருந்த கையிருப்பான தொகை ஐநூறையும்

78 • ஒரு வனதேவதையும் ரெண்டு பொன்வண்டுகளும்

கணக்கிலிருந்து வழித்தெடுத்துக் கொடுத்தார். இதையெல்லாம் பார்த்துக் கொண்டிருந்த வாடிக்கையாளரொருவர், தானாகவே முன்வந்து நூறு ரூபாய் கொடுத்துவிட்டுப் போனார்.

"கோசம் போடுறத விட்டுட்டு இப்ப இந்தச் சோலியில எறங்கியாச்சா" நிறைய எதிர்பார்த்துப் போன ரெங்கசாமி அப்படிச் சொன்னது கூட பெரிதில்லை. அதன் பிறகு ஒரு சிரிப்புச் சிரித்தாரே, அது ஏழெட்டு வருசங்களுக்கு வலிக்கும் கீறலை உண்டு பண்ணியது. பத்து ரூபாயைக் கொடுத்துவிட்டு "அட நம்ம மாரியா, இவளத்தான் எனக்குத் தெரியுமே. பக்கத்து வீட்டுக்கு வருவா, ஏத்தா ஒம்பேத்தியா இவா! ஆச்சரியமா இருக்கே, படிக்க வச்சிட்டியே! எனிவே நல்ல காரியம் பண்றீங்க, பெஸ்ட் விஷஸ்" சொன்னார் ராமானுஜம் என்கிற அதிகாரி. மாணிக்கத்துக்குத் தொண்டைவரை வந்த வசவுகளை அடக்கிக்கொண்டார். ஒருமணி நேரத்துக்குள் மொத்தமாக மூவாயிரம் ரூபாய் ரொக்கமாகச் சேர்ந்தது. கிழவியும் பேத்தியும் பதக்கம் காப்பாற்றப்பட்ட சந்தோசத்தோடு கிளம்பினார்கள். படியிறங்கிப் போகிறபோது மௌனமாகவே போனார்கள். இறங்கி நின்று நிதானமாக அந்த வங்கியின் ஜன்னலைப் பார்த்துவிட்டு நம்பிக்கையோடு நடந்தார்கள்.

ஒரு வனதேவதையும் ரெண்டு பொன்வண்டுகளும்

கரிச்சான் குருவி விட்டுவிட்டுக் கூவிக்கொண்டிருந்தது. எங்கோ தூரத்தில் கைக்குழந்தை அழுகிற சத்தம் கேட்டது. சாத்தூர் ரோட்டில் கடந்து போகிற வாகனங்களின் சத்தம் சன்னமாகக் கேட்டுக்கொண்டிருந்தது. அக்கக்கா குருவியின் ஓசை கேட்டதும் தூக்கம் சுத்தமாக ஓடிப்போயிருந்தது.

வேலவர் வீட்டுத் தொழுவத்தில் யாரோ சாணி எடுத்துக்கொண்டு அரக்கப்பரக்க ஓடுவது தெரிந்தது. இன்னும் சின்ன சுப்பையா தாத்தா எந்திரிக்கவில்லை. அவர் மட்டும் முழித்திருந்தால் விடிந்தும் விடியாத அந்தப் பொழுதில் 'அவா எவடி'ன்னு சொல்லி சாமக் கோடங்கியை ஆரம்பித்திருப்பார். மூஞ்சைக் கழுவும் போது அந்த அக்கக்கா குருவி மறுபடியும் கூப்பிட்டது. விசில் சத்தத்தைப் போல இருக்கிற அதில் உயிருக்குள் கயிறு போட்டு இழுக்கிற தொனி இருந்தது. மணி எண்ண இருக்கும் என்று நினைத்தான். பிறகு, "மணி பார்த்து என்ன கலெக்டர் வேலைக்கா கிளம்பப் போற" என்று ஹெச்எம்டி

வாட்சை வித்துக் கூரையைச் சரி பண்ணியபோது அம்மா சொன்னது சம்பந்தமில்லாமல் ஞாபகத்திற்கு வந்தது. சட்டையைப் போட்டுக்கொண்டு தெருவுக்கு வந்தான். கீழக்கோயில் வரை ஆளரவமில்லாத தெருவில் ரெண்டு குண்டு பல்புகளும், ஒரு டியூப் லைட்டும் தூங்கிக்கொண்டிருந்தன.

நாலு வருசம் இரவில் படிக்க ஒளி தந்த ட்யூப் லைட்டுக்குக் கீழே நின்று அண்ணாந்து பார்த்தான். கவருக்குள் பூச்சிகளும் வண்டுகளும் நிறைந்து கிடக்க, அதைத் தாண்டி மஞ்சளும் வெள்ளையும் கலந்த ஒளி அவன் மேல் விழுந்துகொண்டிருந்தது. சீட்டாட்டம் இல்லாத இரவுகளில், கட்டப் பஞ்சாயத்து இல்லாத இரவுகளில், இவனும் அந்த ட்யூப் லைட்டும்தான் போட்டிப் போட்டு முழித்திருப்பார்கள். நடந்தான். ஊர் தாண்டியதும் பூத்திருக்கும் கடலைச் செடி, பச்சைப் பசேலென்று செழித்துக் கிடந்த சோள நாத்து வாசமெல்லாம் கலந்துவந்தது. இதென்ன இப்படியொரு குதூகலம், குதித்து ஓட வேண்டும் போலோர் ஆர்ப்பாட்டம். கம்மாக்கரைக்குப் போய் ததும்பி வழிகிற தண்ணீரின் மேல் பரப்பில் கால் நிலவின் பிம்பம் மிதப்பதைப் பார்த்துவிட்டுத் திரும்பினான்.

சந்தனக்கட்டை முதலியாரின் காடு தரிசாகக் கிடந்தது. சுற்றிலும் கடலையும் பாசிப்பயறும் உளுந்தும் செழித்திருக்க ஒருகாலத்தில் ஓகோவென்றிருந்த பெரும்பண்ணை தரிசாகக் கிடந்தது. மங்கிய நிலா வெளிச்சத்தில் ஏதோ மினுங்குவது போலிருந்தது. அழகிய கம்மல் போலிருக்க, குனிந்து பார்த்தான். கிளிப் பச்சைக் கலரில் தங்கத்தைத் தடவியது போல ஒரு பூச்சி. இன்னும் உற்றுப் பார்த்தபோது பச்சைக்கும் தங்கக் கலருக்கும் நடு நடுவே சின்னச் சின்னக் கரும்புள்ளிகள். அட என்ன ஜொலிப்பு. நிலவொளியைப் பழிக்கிற தங்கக் கதிர்கள் அதன்மேலிருந்து கிளம்பியது. அந்தப் பொன்வண்டைக் குத்துக்காலிட்டுப் பார்த்தான்.

இயற்கை வாரித் தந்த ஏகாந்தத்தில் நிலவைப் போல, இவனைப் போல, அந்தப் பொன்வண்டும் சங்கம் சேர்ந்துகொண்டதான நினைப்பில் மிதந்திருந்தான். கடுகிப் பறந்துபோகப் புரவி தரும், உருகிக் கசிந்துபோக இசையும் தரும், நனைந்து குளிர்ந்து போக அருவி தரும் தனிமை. மேகம் பார்க்கையில் மழை பார்க்கையில் ஆயிரம் பேருக்கு நடுவேயும் தனித்துப் பயணிக்கச் செய்யும். பொன்வண்டு நகர்ந்ததும் இரண்டாகத் தெரிந்தது. காட்சிப் பிழையா என்று கண் கசக்கிப் பார்த்தான். நிஜம். ஆணும் பெண்ணுமாக இரண்டு பொன்வண்டுகள். கொஞ்சம் குறுகுறுப்பாயிருந்தது.

எஸ்.காமராஜ்

அயல் வீட்டுப் படுக்கையறைப் பார்த்த குற்றவுணர்விருந்தது. இயற்கையின் பரபரப்பில் அந்தரங்கம் ஏது. அதுவென்ன அன்னலட்சுமியும் குசும்பனுமா?

ஒன்பது படிக்கிறபோது பம்பரம் விளையாண்டுகொண்டிருந்த விறுவிறுப்பைக் கலைத்ததும், பாவ காரியத்துக்கு ஆப்பிள் காட்டியதும் பவுல்தான். உண்மையைச் சொன்னால் வரமாட்டார்கள் என்பதறிந்து பாம்பு பார்த்ததாகச் சொன்னதும் நாலு பேரும் அடித்துப் பிடித்து ஓடிப்போய் பார்த்த முதல் வயது வந்தோர்களுக்கான காட்சி. ஆர்வமும் அருவருப்பும் கலந்து தீர்த்து வைத்த பதினாலு வருசப் புதிர். நகர்ந்து போன இரண்டிலெது பெண் வண்டெனக் கண்டுகொள்ள விஞ்ஞானியாக வேண்டிய அவசியமில்லை. ஆனால், அதில் ஏதோ ஒரு மனுஷி உருவம் தெரிந்தது.

பாசிமாலை, பவுடர், கைக்குட்டையை விட உயிருள்ள பரிசுகள் இன்னும் அதிகமான ஈர்ப்பைத் தருமென நம்பினான்.

பொத்திய கைகளுக்குள் பொன்வண்டு குறுகுறுத்தது. ஒரு வெற்றுத் தீப்பெட்டி தேடி எடுத்து அதற்குள் அடைத்துக்கொண்டான். வெகு தூரத்தில் கசகசப்புக் கேட்டது.

அனில் தீப்பெட்டி ஆபீசுக்குப் போகிற பெண்கள் ஒத்தையடிப் பாதையிலிருந்து வந்தபோது, வண்டிப்பாதையில் நீட்டிக்கொண்டிருக்கும் சோள நாற்றுத்தோகையிலுள்ள பனித்துளிகள் பட்டுச் சிலீரிட்டது. பனித்தண்ணீர் ஒட்டியிருக்கிற தோகையை இழுக்கிறபோது கிரீச்சென்னும் இசை வந்தது. ஒவ்வொரு தோகையாக இழுத்துக்கொண்டே நடந்தான்.

“ச்சீய்ய், வழிய விடு...”

அவள் நின்றுகொண்டிருந்தாள். எதிர்பாராத அவளது பிரசன்னம் குழப்பத்தையும் பயத்தையும் உண்டு பண்ணியது. நெஞ்சு படபடத்து வியர்த்தது. பேய் கதைகளுக்கா பஞ்சம். வெள்ள வெளேர்னு வானத்துக்கும் பூமிக்கும் நின்னா அது முனி. பூதங்கள் கருப்பாகவும் அளவற்றதாகவும் இருக்குமாம். பூவோடும் மஞ்சளோடும் மணக்க மணக்க வருமாம். நாம் விரும்புகிற பெண்ணுருவிலே இருக்குமாம். இச்சை வார்த்தைகள் பேசி காட்டுக்குள் கூட்டிக்கொண்டு போய்விடுமாம். இதுதான் மோகினிப் பிசாசு.

“பேயறஞ்ச மாரியிருக்க, ஏவின சாமத்துல இங்கென்ன சோலி”

“நா ஒன்னியக் கவுனிக்கல”

“பின்ன எவளப் பாக்க வந்த?”

“ஆமா ஒலகத்துல, இவ மட்டுந்தான் பொம்பள.”

“ஆமா, சூட்ட மாட்டுனதும் ஊர்ப் பொட்டச்சிக பறட்டயாத்தான் தெரிவாளுக”

ஒரு கார்த்தியலுக்கு, அவளுக்கு ஒட்டுப்புல் தேய்க்கப் போய் அவ அம்மையிடம் வாங்கிக் கட்டிக்கிட்டது நினைவில் சுருக்குத் தைத்தது. இவளும் என்ன கொறைச்சலா. கொஞ்சம் மினுக்கு, ரொம்ப வாய். மாட்டிக்கிட்டா வசவுக்குள்ள முக்கித் தொவச்சிக் காயப் போட்டுருவா. பம்புசெட்டுக்குக் குளிக்க வந்தா அவளப் பாத்ததும் ஆம்பளக்கூட்டம் பதறி ஓடும். அவ்வளவு வாய்க்காரி.

அவள் கடந்துபோன பிறகும் பாண்ட்ஸ் பவுடர் வாசம் அவனைச் சுற்றியே வட்டமடித்தது. கையிலிருக்கும் பொன்வண்டைப் பற்றிக்கொண்டு நடந்தான். இரண்டு எட்டு நடந்த பிறகு, தனியே இந்தச் சாமத்தில் எப்படிப் போவாள் என்கிற குழப்பத்தோடு திரும்பிப் பார்த்தான். போனவளும் திரும்பிக்கொண்டிருந்தாள்.

“அவுகெல்லாம் என்னேரம் போனாக”

“போன நேரத்துக்கு இப்பல்லாம் ஒரு கட்டை உருவிருக்கணும்”

“மணி என்னயிருக்கும், இந்தா யோவ், அழகர் நாயக்கர் பொழி வரைக்கும் வந்து உட்டுருங்க” விடிய இன்னும் நேரமிருந்தது. அந்த மங்கலான நிலவொளியில், மரியாதைக்கான இடைவெளிவிட்டு, ரெண்டுபேரும் நடந்தார்கள். திரும்பிப் பார்த்தான். கண்ணுக்கெட்டிய தூரம் வரை வண்டிப்பாதை மட்டும் தெரிந்தது.

“ஒருத்தியும் வரமாட்டா, எல்லாச் சிறுக்கியும் ஓடிட்டாளுக”

இவன் ஏதும் சொல்லவில்லை.

“வாயில என்ன கொழக்கட்டயா”

அவளுக்கு ஒட்டுப்புல் தேய்க்க வந்ததையும், அம்மாவிடம் வசவு பட்டதையும் சொன்னான்.

“சரியான பயந்தாங்கொள்ளி” சொல்லிச் சிரித்தாள். அந்தச் சிரிப்பு

வனாந்தரமெங்கிலும் நிலவொளியோடு கலந்தது. அந்தச் சிரிப்பை இவனால் வகைப்படுத்த முடியவில்லை. மேகத் திட்டுக்குள் நிலவு மறைந்ததால் இருட்டெங்குமாக ஒளிர்ந்தது. பச்சை படர்ந்த காடு, பளீரென்ற செம்மண் பாதை. மௌனமும் திட்டமில்லாத வார்த்தைகளுமாக நகர்ந்தது.

"சீனிக்கிழங்கு வேண்டுமா" என்று கேட்டாள். மறுத்தபோது "விசம் ஒன்றுமில்லை" எனச் சொல்லிக் கையை வலியப் பிடித்திழுத்துக் கொடுத்தாள். பொன்வண்டோடு தீப்பெட்டி கீழே விழுந்தது. நெஞ்சு இப்போதும் படபடத்தது. குனிந்து அவளே எடுத்தாள்.

"ஊமபோல இருந்து எரும போல சாணி போடுமாம்" பெரிய மனுஷி போல சொலவடையெல்லாம் சொல்லிக்கொண்டே "பீடியெல்லாங் குடிப்பீங்களா"ன்னு கேட்டாள்.

"இல்ல, பொன்வண்டு"

"இதென்ன சின்ன நொள்ள கணக்க, பூச்சி பொட்டையெல்லாம் புடிச்சிட்டு" அவனது தலைக்கு நேரே எறிய பவுடர் வாசத்தோடு அவளும் மணந்தாள்.

தூக்கி எறிந்த தீப்பெட்டிக்குள்ளிருந்து பொன்வண்டு பறந்து போனது. விடிய இன்னும் நிறைய நேரமிருந்தது.

அதனினும் கொடிது

> எதிர்க்க வலுவற்ற ஏழைகளின் கண்ணீர்
> கூர்மையான ஆயிரம் வாள்களுக்குச் சமம்.
>
> - குந்தர் கிராஸ்

பேருந்தில் ஏறும்போதே கிட்டத்தட்ட எல்லா இருக்கைகளிலும் மனிதர்கள் இருந்தார்கள். ஓர் இருக்கை மட்டும் காலியாக இருந்தது. இரண்டு பேரும் போட்டிப் போட்டுக்கொண்டு ஒருவருக்கொருவர் விட்டுக்கொடுக்கிற இடைவெளியில் இஞ்சினியரிங் கல்லூரி மாணவனொருவன், இசை நாற்காலியில் உட்கார்ந்துவிட்ட சாமர்த்தியத்தில், உட்கார்ந்து ஒருவித பெருமூச்சு விட்டான்.

மூன்று இருக்கை தாண்டி வயோதிகரொருவர் நிற்க முடியாமல் நின்றுகொண்டிருந்தார். இன்னும் அதிகமாக ஆள் ஏற ஏற நிற்பதுவும் சிரமத்திற்குத் தள்ளப்பட்டது. இருவரும் ஒருவரையொருவர் பார்த்துக்கொண்டனர்.

"அஞ்சு நிமிசம் முன்னாடி வந்திருக்கக் கூடாதா, ரெண்டு வண்டி அதுவும் நேசமணி காலியாப் போச்சு" குற்றவுணர்வோடு தலை கவிழ்த்திக்கொண்டான். காரணம் சொல்லி இரக்கம் சம்பாதிக்க விரும்பாமல்

மௌனமாக இருந்துவிட்டான். இதுதான் வெற்றியின் இரகசியம். இருபது வருடத் தொடர் சாதனை. எல்லாவற்றையும் உள்வாங்கிக்கொண்டு பின்னலிட்ட செங்கல்லாகியது நட்பும் புரிதலும். அது விரிசல் விடாத சுவராக, தொடர் பயணமாகிற சிநேகம்.

“அடுத்த வண்டியில் போகலாமே” ஆதங்கத்தைக் குறைக்கக் கேட்ட கேள்வியால் கோபம் கூடியது. “நீ எறங்கி அடுத்த வண்டியில் வா, நா போறே” பயணிகள் கவனிக்கிற பெருங்குரலில் பேசினான். “சோம்பேறி, யூஸ்லெஸ் இப்பிடியே இரு” ஓட்டுநர் திரும்பிப் பார்த்த பின்னால்தான் எல்லோரும் கவனிக்கிறதை உணர்ந்து நிறுத்திக்கொண்டான். சித்திரை வெயில் கூட்டம் வியர்த்தது. கையிலிருந்த வாரப் பத்திரிகையால் காற்று வீசிக்கொண்டான். எல்லோரும் இவர்களை உற்றுப் பார்க்கிற மாதிரி உணர்ந்து எதிரெதிர் கோணம் திரும்பிக்கொண்டார்கள்.

கம்பியில் சாய்ந்து உட்கார்ந்திருந்தவர் ‘தள்ளி நில்லுங்க, மேல உரசிக்கிட்டு’ கடுப்பாகிச் சொன்னார். வருத்தம் சொல்லி நகர்ந்துகொண்டான். தமிழ்ப் பயணிகளுக்கென ஒரு தனிக் கலாச்சாரமிருக்கிறது. நிற்காமல் போகிற பேருந்தைக் காத்திருப்போர் சபிப்பது. ஏறிய பின் நிறுத்தினால் சபிப்பது. ரோம இடைவெளியில் ஆம்னி பஸ்ஸில் பத்து மணிநேரம் ஒரு வார்த்தைக் கூடப் பேசாமல் பயணப்படுவது, ஜன்னலை அடைக்கச் சொன்னால் திறக்கவும் திறக்கச் சொன்னால் அடைக்கவும் தயாராக இருக்கிற எதிராளிகள்.

ஆனால், இவர்கள் யாவரும் ஓர் இடத்தில் மட்டும் சரியாக உருகுவார்கள். அம்மாவிடம் அடம்பிடித்துத் திமிறி எழுந்து பின்சீட்டை வேடிக்கை பார்க்கிற, கலவரப்பட்டு மடிபோய், மீண்டு வந்து கொஞ்ச சொல்லும் குழந்தையிடம், அப்போது பார்க்கக் கண் பெரிதாய் வேண்டும். உதடு குவித்துக் கெவுளிச் சத்தம் எழுப்புவார்கள், விரல் சொடுக்கி கவனம் திருப்புவார்கள், எழுத வராத சொல்லெடுத்து அழைப்பதுமாகக் குழந்தையாகத் தயாராகிவிடுவார்கள். கோவில்பட்டியில் இரண்டு இடம் கிடைத்து உட்கார, பேருந்து நகன்றது. அங்கிருந்து கிளம்பிய சற்று நேரத்துக்கெல்லாம் இருவரும் தூங்கிப்போனார்கள்.

பெரும் சத்தம் கேட்டுக் கண் முழித்தபோது, கேண்டீன் பையன் வாசலில் ஏறிக் கத்திக்கொண்டிருந்தான். “சார் வண்டி பத்து நிமிசம் நிக்கும். சாப்டுறவங்க சாப்டலாம், டீ காப்பி குடிக்கலாம் சார், வண்டி பத்து நிமிசம் நிக்கும்” பத்து வயது இருக்கும். நல்ல கலராக இருந்தான். காக்கிப்

பேண்ட்டும் அழுக்கேறி கலர் தெரியாத சட்டையும் போட்டிருந்தான். அதுவும் தொளதொளவென்று அவனிலும் பெரியதாக இருந்தது. அவன் சம்பாதிக்க ஆரம்பித்ததைப் போல எல்லாம் அவனுக்குப் பெரிதாகவே விதிக்கப்பட்டது. அவனிடம் எந்த ஊரென்று கேட்க வேண்டுமென நினைத்துக்கொண்டான். எல்லாச் சிற்றுண்டிச் சாலையிலும் ஏப்பக் காற்றைச் சுவாசித்தபடி ஒருகையில் எச்சிலை வாளியும், மறு கையில் மேஜைத் துடைப்பானுடனும் நீக்கமற நிறைகிறார்கள். காரைக்குடி அன்னபூரணி ஹோட்டலில் சாத்தூர்க்காரனிருக்க, விருதுநகர் காப்பகத்தில் தேவகோட்டைக்காரனிருக்கிறான்.

மெரினாவின் மணல் பரப்பெங்கும் சுண்டல் தகரம் சுமக்கவென, பரமக்குடியிலிருந்து பிஞ்சுரங்கள் இறக்குமதி செய்யப்படுகின்றன. குமரிக் கரையில் பசியோடு பாசிமாலை சுமக்கிற இளைய தமிழகம், எல்லா டீக்கடையிலும் எச்சில் குவளை கழுவப் பணிக்கப்பட்டிருக்கிறது. பசித்தது. ரெண்டு பொரிகடலைப் பாக்கெட் வாங்கித் தின்றார்கள்.

“ஏ அப்பாஸ் இங்கே வாலே” டீ மாஸ்டர் அதட்டிக் கூப்பிட்டான். வந்தவனை “அங்க என்ன வேடிக்க பாக்கெ, கிளாசக் கழுவுல மூதி” தொடர்ந்து கெட்ட வார்த்தைகள் சொல்லித் திட்டினான். அவன் முகஞ்சுருங்க தொடையில் கிள்ளி வைத்தான். “அங்க கிள்ளாதீங்க அண்ணே” பிஞ்சுக் குரலில் கோபம் திமிறியது. “ஏ ஒக்களி, மாமான்னு சொல்லுல” பார்க்கச் சகிக்காமல் அந்த இடத்தைவிட்டு நகர்ந்தார்கள். அதற்குப் பிறகான சம்பாஷணை காதில் படவில்லை. “அம்மாவப் பத்திப் பேசாதீங்க” வார்த்தைகள் மட்டும், உக்கிரமான வெப்பத்தோடு கேட்டது. டீ மாஸ்டர் கெக்கெக்கேவெனச் சிரித்துக்கொண்டிருந்தான். சுற்றி நின்ற சூட்டுப் போட்ட கூட்டம் ரசித்துக்கொண்டிருந்தது.

எல்லோருக்கும் அந்த வயதில் ஒரு மகனிருக்கலாம். அவர்கள் கிரிக்கெட் மட்டையைத் தூக்கிக்கொண்டு பார்வை மறைக்காத தூரத்தில் விளையாடுவார்கள். அல்லது சுமக்க முடியாத பொதியைச் சைக்கிள் கேரியரில் ஏற்றிக்கொண்டு நகரும்போது அமெரிக்கக் கனவுகளோடு கையாட்டலாம். ஆனால், அப்பாஸுக்கு மட்டும் கையாட்ட இங்கு யாரும் இல்லை. ஐநூறு ரூபாய் வாங்கிக்கொண்ட அந்த ரம்ஜானுக்கு முந்திய இரவே அப்பாஸின் முகவரி கேண்டீனுக்கு மாற்றப்பட்டது. ரம்ஜான் முடிந்த ஒருவாரத்தில் புரோக்கர் சேவுக்கப்பாண்டியன் ஜங்கசனுக்கு

வந்தான். அதற்குப் பிறகு பயணமான எல்லா இடமும் புதியதாக இருந்தது. ஏற்கெனவே இருந்த செங்கோட்டைக்காரனுக்கு இவனைவிட இரண்டு வயது கூட இருக்கும். அந்த சொரிமுத்து இவனைப் பார்த்துச் சிரித்தான். அதன் பிறகு இரவுப் பகல் என இல்லாமல் எல்லா நேரமும் எடுபிடி வேலைகளுக்காகக் காத்திருக்க வேண்டும். பேருந்து வராத இடைவெளியில் கொஞ்ச நேரம் தூங்கிக்கொள்ளலாம்.

ஆனால், எந்த நேரமும் முகத்தில் சிலீரென்று ஊத்தப்படுகிற தண்ணீரையும், பிருஷ்டத்தில் காலால் விழுகிற உதையையும் எதிர்பார்த்தபடியே தூங்க வேண்டும். பம்பரம் விளையாடுகிற மாதிரி, கிரிக்கெட் மட்டையைச் சுழற்றி பந்தை மைதானத்துக்கு வெளியே விரட்டுகிற மாதிரி, ரம்ஜான் அன்று ஆட்டோவில் போய் பள்ளிவாசல் முன்பு இறங்குகிற மாதிரி எல்லாம் கனவுகளோடு தூங்குவான். அப்போது எதாவதொரு கனத்த பாரம் அவனது கனவுகளை அழுத்திக்கொண்டிருக்கும்.

அந்த அப்பாஸுக்குக் கையாட்ட ஆளில்லை. ஜன்னலோரம் தென்படும் தன் தாயொத்த முகங்களைக் கள்ளப் பார்வை பார்த்துக்கொள்வான். தங்கையொத்த குழந்தைகளுக்குக் கூச்சத்தோடு கையசைப்பான். அவனும் ஒருநாள் அந்தப் பஸ்ஸில் ஏறிச் சன்னலருகே உட்கார்ந்தபடி எதிர்க்காற்றில் பயணமாவான். எச்சில் கிளாஸ், பசி போன பிறகு சாப்பாடு, ஆளாளுக்கு வைகிற வசவு எல்லாத்திலிருந்தும் விடுதலையாகிற ஒருநாளைக் கனவில் பின்னிக்கொண்டிருப்பான். அப்போது டீ மாஸ்டரின் கால் பெருவிரல் கால்சராயின் கிழிந்த பாகம் வழியாக நுழைந்துகொண்டிருக்கும்.

நடத்துநர் தோளில் கிடந்த துண்டால் வாயைத் துடைத்துக்கொண்டு வெளியேறினார். ரெண்டு புளிப்பு மிட்டாயை எடுத்துப் பைக்குள் போட்டுக்கொண்டு, ரெண்டு கிரேன் பாக்கு எடுத்து ஒன்றை உடைத்து வாயில் போட்டுக்கொண்டார். உள்ளிருந்து கடை சிப்பந்தி ரெண்டு சிகரெட் எடுத்துக்கொடுத்தார். பற்ற வைத்துப் பெரிதாக உள்ளிழுத்துப் புகை விடும்போது, ஓட்டுநர் எல்லாச் சக்கரத்தையும் தட்டிப் பார்த்துக்கொண்டிருந்தார். பயணிகள் எல்லோரும் இந்தச் சமிக்ஞைகளில் பழகிப்போயிருந்தார்கள். ஆதலால், பேருந்தில் ஏறிப் பழைய இடங்களில் சரியாக உட்கார்ந்தார்கள். ஒருவர் மட்டும் கழிப்பறையிலிருந்து வேகமாக ஓடிவந்தார். அதுவரை ஓடாமலிருந்த தொலைக்காட்சிப் பெட்டியில் சிரிப்புக் காட்சிகளுடன் தொகுப்பு ஆரம்பமானது.

பயணிகள் கண்கள் சிரிக்கத் தயாராகக் குவிந்தன. பஸ் வட்டமடித்துத் திரும்புகையில் டீ மாஸ்டரும் அப்பாஸும் காணாமல் போயிருந்தார்கள். அப்பாடா என்றிருந்தது. பஸ் சாலையேறி திரும்புகையில் கேண்டீனின் பின்பகுதி தெரிந்தது. கண்ணைப் பறிக்கிற செம்மண்ணை மறைத்துக்கொண்டு, எச்சிலைகள், பிராய்லர் கழிவுகள், சாக்கடைச் சகதி எல்லாம் தெரிந்தது. அதன் விளிம்பில் ஒரு மண் கிடங்கிருந்தது. வெயில் இன்னும் உக்கிரமாக அடித்துக்கொண்டிருந்தது. மண் கிடங்கிலிருந்து "விடுங்கண்ணே, விடுங்கண்ணே" சத்தம் கேட்டது. வெயில், வாகன இரைச்சல், தொலைக்காட்சி இரைச்சல் எல்லாவற்றையும் தாண்டியபடியே... அந்தக் குரல், ஈனக்குரல் ஒலித்துக்கொண்டேயிருந்தது.

மறுதோன்றி நினைவுகள்

கனியண்ணன் வாசலில் உட்கார்ந்துகொண்டு தெருவை வெறித்துக்கொண்டிருந்தார். அவரது தாடியைச் சுற்றி சிகரெட் புகை படர்ந்துகொண்டிருந்தது.

அதென்னமோ தாடி வைத்திருக்கிறவர்களைப் பார்த்தவுடன் ஒரு மரியாதை வந்து ஒட்டிக்கொள்கிறது. அதனுள்ளே ஒளித்து வைக்கப்பட்டிருப்பது சோகமா, அடர்த்தியான கதைகளா, அல்லது காலத்தைப் பதுக்கி வைத்த அனுபவங்களா என்று இனங்கண்டு கொள்ள முடியாது. சிவந்த மேனி, முன் வழுக்கை, கருகரு தாடியோடு நிறைய கேரளத்து முகங்கள் தாடிக்கு ஓர் அழகையும் மரியாதையையும் கொடுக்கும்.

சீர் செய்யப்படாத அடர்த்தியான முடிகளின் ஊடாகச் சில வெள்ளை முடிகள் தூவப்பட்டிருக்கிற தாடிகளுக்கு அறிவுக் களை ஏறிக்கிடக்கும். நாடிப் பகுதிக்குள் விரல் நுழைத்துச் சொரிந்துகொள்ளும்

வேளையிலும், தாடிக்குள்ளிருந்து மீசையைத் தனியே எடுத்து முறுக்கிவிட்டுக்கொள்ளும்போதும் தீவிர சிந்தனைக்கான தடயம் தெரியும். கனியண்ணனுக்கு முகத்தில் தாடியிருப்பதை அதிலிருக்கும் சில வெள்ளை முடிகளால் மட்டுமே அறிய முடியும். அவர் நிறம் அப்படி அந்த நிறத்தை அலாதியாக்குகிற மாதிரியான திருப்பூர் பனியன்கள் அணிந்திருப்பார். பெரும்பாலும் அரக்குக் கலரிலும், அடர் மஞ்சள் கலரிலும் மட்டுமே அவரைப் பார்க்க முடியும். தலைமுடியில் சீப்புப் பட்டிருக்குமா என்கிற சந்தேகம் ஒவ்வொரு கணமும் வந்துபோகும். ஒரு கல்யாண வீட்டில் வெகுநேரம் தனியே நின்றுவிட்டுக் கிளம்பியவரை எதிரே வந்த கணபதி பார்த்து உள்ளே அழைத்துவந்தார். அதற்குப் பிறகுதான் அவரின் வருகை எல்லோருக்கும் உறைத்தது. அவர் முகச்சவரம் செய்து, வெள்ளை வேட்டி வெள்ளைச் சட்டையில் வந்திருந்ததால், சட்டென்று கண்டுபிடிக்க முடியாமல் போனது.

கல்யாண மாப்பிள்ளை மனோகரனுக்கு அவர்தான் எல்லாம். மூன்று வேளை வயிறாரச் சாப்பிட முடியுமா என்கிற கேள்விக்குறியோடு வெட்ட வெளியாக அவன் முன்னால் கிடந்தது எதிர்காலம். ஒன்பதாம் வகுப்பிற்குப் புத்தகம் வாங்க முடியாமல் படிப்பும் நின்றுபோக ஓவியக் கூடத்துக்கு ஒன்றுவிட்ட சித்தப்பா பின்னால் வந்தான். அங்குதான் அவனுக்கு மீசை முளைத்தது. மொத்தமாக ஆயிரம் ரூபாயை அங்குதான் பார்த்தான். அவனுக்கும் கல்யாணம் நடந்தது. அந்தக் கல்யாணத்தில் முதலில் காலில் விழுந்து கும்பிடத் தேடித் தேடி அழுத்துப் போனார்கள். கனியண்ணன் இல்லாதது தெரிந்து மனோகரன் அழுதேவிட்டான். அவரோ தனது இருப்பை உணர்த்தும் எந்தக் காரியத்தையும் வலிந்துசெய்யத் துணியாதவர்.

அவர் எழுதும் விளம்பரப் பலகையின் மூலையில் ஓரத்தில் ஒளிந்திருக்கும் ஓவியக்கூடத்தின் பெயரைப் போலவே பொது இடங்களில் அவரைத் தேடிக் கண்டுபிடிக்க வேண்டும். எப்போதுமே பார்வையாளனின் கடைசிப் பெஞ்சில் உட்கார்ந்துகொண்டு உலகத்தை உன்னிப்பாகக் கவனிப்பவர். அவரது கல்யாணத்தன்று கூட மணவறையில் வெகு நேரம் எல்லோர் கண்களும் படும் இடத்தில் உட்கார்ந்திருந்ததே அவர் மட்டுக்கும் மிகப் பெரும் அதிசயம். ஆனால், அவரது கைப்பட்ட வண்ணங்களைப் பார்க்காமல் எந்தக் கண்களும் கடந்து போகாதபடிக்கு அவரது வேலைப்பாடு அந்த நகரம் முழுக்கப் பரவிக்கிடந்தது. பெட்டிக்கடை தொடங்கி கோடீஸ்வர நல்லெண்ணெய் நிறுவனம் வரை அவரது

விளம்பரப் பலகை இல்லாத இடங்களை விரல்விட்டு எண்ணிவிடலாம். காரிலும் இருசக்கர வாகனத்திலும் வருகிற வாடிக்கையாளர்கள் பிரதானச் சாலையில் வண்டிகளை நிறுத்திவிட்டுச் சகதிக்குள் நடக்கிற பாவத்தோடு தயங்கித் தயங்கிக் காலடி எடுத்து வருவார்கள். முகஞ்சுழித்து மூக்கைப் பொத்திக்கொண்டால் வேலை நடக்காது எனப் பயந்து முகத்தை இயல்புக்கும் சுழிப்புக்கும் நடுவில் வைத்துக்கொண்டு வருவார்கள்.

அவரது ஓவியக்கூடத்துக்குப் பக்கத்தில் தூர்ந்துபோன தெப்பக்குளம் இருக்கும். ராஜாக்கள் தூர்ந்துபோனதும் அது அடித்தட்டு மக்களின் கழிப்பறையானது. அங்கே படர்ந்து விரிந்திருக்கும் வில்வமரத்து வாசனை வந்துகொண்டிருக்கும். மரங்கள் எப்போதும் காற்றோடும் வாசத்தோடும் தீராச்சொந்தம் கொண்டவை. வில்வமரத்துக் காற்றுப் பட்டால் தீராத நோயும் தீருமென்கிறது சித்த அறிவியல். இந்தக் கெட்டக் காற்றையும் நல்லக் காற்றையும் விழுங்கும் தைல வண்ணங்களின் வாசனை அவரது கூடத்துக்குள்ளிருந்து முப்பது வருசமாக வெளிவந்துகொண்டிருக்கிறது. வாசலில் உட்கார்ந்து சாலையை வெறித்துக்கொண்டிருக்கிறபோது, அவரைக் கடந்து போகிற கைவண்டிக்காரர்களும் ரிக்சாக்காரர்களும் சலசலப் பேச்சை இடை நிறுத்திக் கடந்துபோவார்கள். சிலர் 'வணக்கம் தோழரே' சொல்லிக்கொண்டும் போவார்கள். ஒருசிலர் மிகுந்த மரியாதையோடு வாங்கி உரசிவிட்டு ஒரு கையில் பீடியை மறைத்து மறுகையில் தீப்பெட்டி தந்துவிட்டுப் போவார்கள்.

அந்த ஒடிசலான தேகத்துக்குள் கம்பீரம் குறையாத குரலும், நெளிவு, சுளிவு, வியாபார நுணுக்கம் துளியுமில்லாத வார்த்தைகளும் தேங்கிக் கிடக்கிற மாதிரியே யார் கண்ணையும் சுண்டியிழுக்கிற வித்தையும் குடிகொண்டிருக்கும்.

அவர் கைப்பட்டு ஜனிக்கிற வெங்கடாஜலபதியின் உருவம் மட்டும் கடைமுகப்பில் இருந்தால் போதும், விருதுநகரையே விலைக்கு வாங்குவேன் என்கிற நம்பிக்கையில் பிரமுகர்களும், கருமலை காத்த கருப்பசாமி, கூடமுடையார், அருஞ்சுனை காத்த அய்யனார் எல்லோரும் கனியண்ணனின் தூரிகையில் முளைத்து, வியாபாரிகளுக்குத் துணையிருப்பார்கள்.

தெப்பம் பஜாரில் பலசரக்குக் கடையில் சரக்கு மடிக்க ஆரம்பித்த கணத்திலிருந்தே தங்கப் பழத்துக்குக் கல்லாவில் உட்காருகிற கனவு முளைக்க ஆரம்பித்திருந்தது. அப்படி முளைவிடும்போதே கனியண்ணன்

கையால் போர்டு எழுத வேண்டும், அந்தப் போர்டிலும் தாய், சேர்மத்தாய் துணை போட வேண்டுமென்கிற திட்டமிடுதலும் பூத்திருந்தது. அவனும் துருப்பிடித்த அகலக்கேரியர் சைக்கிள் ஒன்றில் தினம் இரண்டுதரம் ஓவியக்கூடத்தைக் கடந்து போவான். அப்போதெல்லாம் ஒரு நிமிசம் நின்று அந்த அறைக்குள் விரவிக் கிடக்கிற எல்லா ஓவியங்களையும் கண்ணுக்குள் இழுத்துக்கொண்டு போவான். அதில் ஒவ்வொன்றாக ஒதுக்கிவிட்டுத் தனக்கு வரப்போகிற போர்டைக் கற்பனையில் தெரிவு செய்துகொள்வான்.

ஆனால், முன்னாள் சட்டமன்ற உறுப்பினர் காளிமுத்துவின் ஆதங்கம் வேறு மாதிரியானது. அவர் சின்ன வயசாயிருக்கும்போதே காலமாகிப் போன தன் தாயின் காது வளத்த உருவம் எதிலும் பதிவாகாமல் போனது குறித்து விசனப்படுவார். வீட்டில் நடக்கும் ஒவ்வொரு விசேசத்தின்போதும் அந்த வெறுமை விசுவரூபமெடுக்கும். அவ்வளவு பெரிய பங்களாவில் படுத்துத் தூங்கவும், செருக்கோடு நடந்து திரியவும் தாயில்லாமல் போன குறை அவ்வப்போது அரிக்கும்.

அவரொருநாள் தனது படகுக் காரை ஓரம் நிறுத்திவிட்டு வந்து குழுப் புகைப்படத்திலிருக்கும் அம்மாவைச் சாமியாக்க வேண்டுமென்று கேட்டார். குழந்தைகளைப் போலவே தாயும் பொதுவானவள். அவளது லவுக்கையில்லாத உருவத்தில் கனியண்ணனின் அம்மா சாயல் இருந்தது. எனவே, தனிமை கிடைக்கிற நேரம் பூராவும் அந்தப் படத்தோடே காலம் கழித்தார். வண்ணங்களை மாற்றவும், சின்னச் சின்னத் திருத்தங்கள் செய்யவுமாக இரண்டு மாதம் ஓடிப்போனது. இரண்டு மாதம் கழித்துத் தயாராயிருந்த படத்தை ஆள் மேல் ஆள் அனுப்பி வாங்கிவரச் சொன்னார்.

கொடுக்க வரும்போது குறைந்திருந்த கௌரவம் வாங்க வருவதற்குள் வளர்ந்ததைச் செரிக்க முடியவில்லை. பிறத்தியார் கையில் அந்த ஓவியத்தைக் கொடுத்தனுப்ப பிடிவாதமாக மறுத்துவிட்டார்.

மனம் ஒவ்வாத எந்தவொரு வேலைக்கும் இந்த உலகத்தையே விலையாய்த் தந்தாலும் புறங்காலால் எத்தித் தள்ளிவிடுகிற நெருப்பிருந்தது அவரிடம். அந்தச் செருக்குக் குறையாமல் நாற்பது வருடம் நிலைத்திருந்தார். காளிமுத்துவுக்குப் பின்னாலுள்ள அரசியல் மற்றும் ஜாதிபலம் தெரியாமல் வீம்பு பண்ணுவதாகக் கடை பையன்களே கோளாறு சொல்லுமளவுக்குப் பிடிவாதமாயிருந்தார்.

“இங்க பாரு படத்துல கண்ணு பெருசாருக்கு... செர்ரிக்குப் பதிலா மெர்ரூன் வய்க்கனுன்னு சொல்லு... நீ சின்னவனாயிருந்தாலும் சலாம் போட்டு ஏத்துக்கிறேன் துட்டுக்காகப் பீ திங்கிறதுதா, அனுசரிச்சுப் போறதுன்னா அதுக்குப் பேரு வேற.”

கண்கள் தெறிக்க, தாடி முடிகள் குத்திட்டு நிற்க வானத்துக்கும் பூமிக்குமாக நின்றார். அதன் பிறகு யாரும் கோளாறு சொல்லத் துணியவில்லை. ஆர்டர் வாங்கும்போதே மிகச் சரியாகக் கொடுக்க முடிகிற நாளைச் சொல்லிவிடுவார். சொன்ன தேதியில் வேலை முடிக்கச் சாப்பாடு, தூக்கம், ஓய்வு எல்லாவற்றையும் தூக்கி எறிவார். அப்போது பாக்கெட் நிறைய சிகரெட்டும், அவ்வப்போது பிலால் கடை டீயும், ஜேசுதாஸ், அரிகரன் பாடல்களும் இருந்தால் போதும். ஓவியத்தைப் பற்றி அது நொள்ளை, இது நொள்ளை என்று சொன்னாலோ, பிறிதோர் ஓவியர் பேர் சொல்லி அது மாதிரியில்லை என்று சொன்னாலோ சொன்ன மறுகணமே கைத்துட்டுப் போட்டு எழுதிய ஓவியத்தின் மேல் மட்டி அடித்துப் போர்டையும் முன்பணத்தையும் திருப்பி அனுப்பிவிடுவார். அதற்காக அதிகம் பேசமாட்டார். உறைந்துவிட்ட அடர் சிவப்பு வண்ணம் மாதிரியான அந்த மௌனம் நிறைய பயத்தை உண்டாக்கும்.

எல்லோரும் பயந்தது போலவே காளிமுத்து அன்று கடுங்கோபத்தில் வந்தார். நடையின் தீவிரத்தில் விபரீதம் வருமென்கிற அபாயச் சங்கு ஒலித்தது. தாறுமாறாகத் திட்டிவிடும் வார்த்தைகளைச் சுமந்துகொண்டு, மிதமிஞ்சிய போதையோடு வந்தார். கனியண்ணன் எப்போதும்போல ஓர் ஓவியத்திற்குள் மூழ்கிக் கிடந்தார். அது தகப்பனின் தோளில் கிடக்கிற குழந்தையின் படம். காளிமுத்துவுக்குப் பாராமுகமாக இருக்கும் கனியண்ணனின் அலட்சியம் வெறியூட்டியது. ஏதோ ரசாபாசம் நடக்கப்போகிற அவதானிப்பில் சுவர்க் கடிகாரத்தின் நொடிமுள் சரக்சரக்கென்று நகர்ந்தது.

நிழலாய் வந்த எடுபிடிகளில் ஒருவன் “அண்ணே படம் அந்தாருக்கு” சொன்னதும் திரும்பினார். ராஜா நாற்காலியில் உட்கார்ந்திருந்த தாயின் ஆளுயரப்படம் வடக்குச் சுவரோரம் பிரமாண்டமாக நின்றிருந்தது. விறகு சுமந்தே திரிந்த உருவம், சம்மணம் போட்டுக்கூட உட்காரத் தெரியாதவள், பட்டமஹிஷியாகக் காட்சி தந்தாள். அந்தப் பிம்பம், அவர் குடித்திருந்த ஓல்டு மாஸ்க் ரம்மிலிருந்த ரசனைக் கதவைத் திறந்தது. “ச்ச்... சய்...” என்று சொல்லித் தலையை உலுக்கினார். கரை வேட்டியை

மடித்துக் கட்டிக்கொண்டு தரையில் உட்கார்ந்தார். அவருக்கு ஏதும் பேசத் தோன்றவில்லை. கொண்டுவந்திருந்த கோபம் முழுக்கக் கரைந்து கண்களில் நீர் கோத்தது. படத்தையும் கனியண்ணனையும் திரும்பத் திரும்பப் பார்த்தார். தூரிகை விரல்களைப் பிடித்துக்கொண்டு "எனக்கு எங்கையெழுத்தக்கூட ஒழுங்காப் போடத் தெரியாது. நீ வித்தக்காரனய்யா, ஒன்னயப் போயி" என்று தழுதழுத்தார். அப்போதெல்லாம் ஓவியக்கூடம் நிறைய ஆட்கள் எந்நேரமும் வருவதும் போவதுமாயிருப்பார்கள்.

வேலை முடிந்த போர்டுகளும், ஸ்கெட்ச் போட்டதும், பாதி முடிந்ததும் முடியாததுமாக வண்ணங்களின் வளர்சிதை மாற்றம் அந்த ஓவியக்கூடம் முழுக்க நிறைந்திருக்கும். சுவரிலும் தரையிலும் வண்ணங்கள் சிதறிய இடங்களில் சொல்லப்படாத ஆயிரம் கனவு பிம்பங்கள் ஒளிந்திருக்கும். அவற்றைப் பார்க்கிற ஒவ்வொரு கண்ணுக்கும் ஓர் உருவம் தெரியும். சாயங்கால மேகங்கள் நகருகிறபோது தெரிகிற மாயபிம்பங்கள் போலவே அந்தச் சுவரும் மிச்ச வண்ணத்தில் மிளிரும். சுவரோரத்தில் ஒரு மேஜையிருக்கும். அதன் சதுர வடிவமும் மரக்கால்களும்தான் அது மேஜையென்பதை ஊர்ஜிதப்படுத்தும். அதில் ஒரு ட்ராயர் இருக்கும். அதற்குள்ளிருக்கும் தகர டப்பாதான் கல்லாப்பெட்டி. எவ்வளவு பிதுங்கினாலும் கர்வமில்லாத அந்தக் கல்லாப்பெட்டியிலிருந்து யாரும் பணம் எடுக்கலாம். உடன் வேலை பார்ப்பவர்கள் அவர்களுக்கான ஊதியத்தை எடுத்துவிட்டுக் கணக்கெழுதி வைக்கிற மாதிரியான ஏற்பாடும் இருந்தது. கையகலப் பெட்டிக்கடையில் கூட இஷ்ட தெய்வங்கள் பாதி இடத்தை அடைத்துக்கொள்ளும். தலையே போனாலும் கடை திறந்தவுடன் பத்திக்குச்சிப் புகையைக் கல்லாவிலும், சாமி படத்திலும் காட்டாமல் யாரும் அந்த நாளைத் தொடங்குவதில்லை.

கனியண்ணன் ஓவியக்கூடத்தில் பத்திக்குச்சி வாசனை படாத மூன்று படங்கள் இருக்கும். குத்திட்டு நிற்கிற வெள்ளை முடி. அதிலிருந்து இறங்குகிற ஏறு நெற்றியில் சிவப்பு ஆச்சரியக்குறியாய் கோப்பாளம். அந்த முகத்தில் உலகை விழுங்குகிற கண்களோடு ஓவியத் தந்தை கொண்டைய ராஜுவின் படம். இன்னொன்று தாடிகளுக்குள் மறைந்திருக்கும் தீயெறியும் கண்கள். அதற்கு மேலே பருந்து விரித்த சிறகாகப் புருவமும் கொண்ட மார்க்ஸின் படம். கடைசியாக நீளவாக்கிலுள்ள ஓவியம். குனிந்து நடந்த குரங்கு ஒன்று மெல்ல மெல்ல நிமிர்ந்து, ஆதிமனிதனாகிற பிரபஞ்சக் குறிப்பு அது. ஒரு பத்து உருவங்களில் கேள்வியையும் பதிலையும்

பார்வையாளர்களுக்கு விநியோகிக்கிற வண்ண பிரமாண்டம். படத்தில் பதிகிற பார்வையானது, உருவங்களின் வழியே பயணமாகி வனாந்திரத்துக்குள் காணாமல் போகிற புள்ளியாகிவிடும்.

இந்த விநோத உலகில் மௌனப் பயணம் போகவும், பேசவும், பாட்டுக் கேட்கவும், மூலையில் நிறுத்தி வைக்கப்பட்டிருக்கிற டோலக்கை எடுத்து லயமில்லாத ஒலி எழுப்பவும் நண்பர்கள் குவிகிற இடமாக இருந்தது அந்த ஓவியக்கூடம்.

கிட்டத்தட்ட எல்லா ஓவியர்களின் அறையிலும் ஒரு டேப் ரெக்கார்டரும், எதாவதொரு வாத்தியக் கருவியும், தொண்ணூறு சதவீத இடங்களில் சிகரெட் புகையும் தென்படுவது இலக்கணம் போலவே இருக்கிறது. அந்த ஒற்றுமைக்குத் தர்க்க ரீதியான காரணங்கள் என்னவெனத் தெரியாது. அவர்கள் வண்ணங்களைப் போலவே இந்த உலகையும் காதலிப்பவர்கள் என்பதுதான் நிஜம். அங்கு வருகிறவர்களும் வண்ணங்களைப் போல பலதரப்பட்டவர்கள்தாம்.

நிஜ நாடகப்பிரியர் மருதுபாண்டி, தாலுகா செயலாளர் தோழர் முத்து, வாத்தியார் உசைன், டின் பாக்டரி தொழிலாளி நேசமணி, எழுத்தாளராகத் துடிக்கிற கலியமூர்த்தி. எல்லோரும் தினம் ஒருதரம் அங்கு வந்து சம்மணமிட்டு உட்கார்ந்து நாலு வார்த்தைப் பேசிவிட்டுத்தான் போவார்கள்.

கனியண்ணன் கண் மண் தெரியாத பாசக்காரரர். கல்லாவில் கிடக்கிற கடைசி இருபது ரூபாயையும் வருகிறவர்களுக்கு டீ, சிகரெட் வாங்கித் தந்துவிட்டு, வீட்டு நினைவே இல்லாமல் இருப்பார். கடை பூட்டிக் கிளம்பும்போதுதான் வீட்டில் அரிசியில்லாதது உறைக்கும்.

ரொம்பவும் முரண்டுக்காரரர். ஓவியங்களில் நவீன உத்திகளை ஏற்றுக்கொள்வார். ஆனால், நவீனத் தொழில்நுட்பத்தை நிராகரிப்பார். எவ்வளவு சொன்னாலும் அவருக்கு இஷ்டமான, அந்தச் சிவப்பு வண்ணத்தின் அடர்த்தியைக் குறைக்கவே மாட்டார். அது வெறிக்கிறது, உறுத்துகிறது என்று சொன்னால் பிடிவாதமாக ‘உறுத்தட்டும்’ என்று சொல்லிவிடுவார். உறுத்தல் இல்லாவிட்டால் எல்லாம் இயல்பாகிவிடும். ஓவியத்தில் எப்போதும் வண்ணங்கள், தூரிகை எண்ணங்களுக்கு மட்டுமே இடம் உண்டு. மெஷின்களுக்கு அங்கு துளியும் இடமில்லை என்கிற தீவிர முரண்டுக்காரரர்.

ஸ்கிரீன் பிரிண்டிங், ஸ்பிரே பெயிண்டிங், குழல் விளக்குகளில் பெயர்ப் பலகைகள் உருவான காலங்கள் வந்தன. லாப வெறியின் அதிநவீன வடிவமாக இயந்திரங்கள் கோரப்பற்களோடு வந்திறங்கின. ஓவியக் கைகளின் மீதும் அதன் ரத்தம் தோய்ந்த பற்கள் பதிந்தன. பின்னர் எழுத்துகள் ஸ்டிக்கரில் உருவானது. எல்லாம் இரண்டு வருடம்தான். அவை யாவும் அற்பாயுசில் வழக்கொழிந்து போனது. தான் பெற்ற குழந்தைகளைத் தானே விழுங்குகிற விலங்குபோல் நவீனம் தடம் அழித்துக்கொண்டே முன்னேறி, இப்போது பாலிதீன் துணிகளில் தயாரிக்கப்படுகிற சிறிய, பெரிய பெயர்ப் பலகைகள் சிவகாசியிலிருந்து வந்து கடைகளெங்கும் தொங்குகின்றன.

இரண்டு வார காலத்தில் உருவாகிற பெயர்ப் பலகைகளை அரை மணி நேரத்தில் வெளித்தள்ளிவிட்டு வாய்பிளந்து காத்திருக்கின்றன அச்சு இயந்திரங்கள். உபயோகித்துவிட்டுத் தூக்கி எறிகிற குப்பைப் பழக்கம் ஒரு கலாச்சாரமாக உருமாறிக்கொண்டிருக்கிற காலமிது. எவ்வளவு சடுதியில் தூக்கி எறிகிறார்களோ அவ்வளவு வேகத்தில் அவர்களுக்குச் செல்வம் பாலிக்கிறது. குப்பையின் அளவைப் பொறுத்தே வெற்றி தோல்வி தீர்மானிக்கப்படுகிறது. அந்தக் குப்பை மேட்டில் உபயோகமில்லாத பழம்பொருள்களைவிட இரத்தமும் சதையுமான நினைவுகள் மட்டும் மக்கிப் போகாமல் கிடக்கின்றன. கண்ணன், மனோகரன், செந்தீ, கருப்பசாமி, பம்பரக் கண்ணாலே பாட்டுப் பாடுகிற சந்தனம் என உட்கார இடங்கிடைக்காமல் திருவிழாக் கூட்டமிருந்த அந்த ஓவியக்கூடம், இப்போது வெறிச்சோடிக் கிடக்கிறது. மனைவியின் ஊருக்குக் குடிபெயர்கிறேன் என்று மனோகரன் சொல்லிப் போனதைப் போலவே, எல்லோருக்கும் ஒரு காரணமிருந்தது. அவர்களின் சிரிப்பு, சண்டை, மனஸ்தாபம் பிறகு மீண்டும் சினேகம் என அந்த அறை முழுக்க நினைவுகள் ததும்பிக்கிடக்கின்றன. அந்த நினைவுகளோடு கனியண்ணனின் சிகரெட்டுப் புகை மட்டும் அறை முழுக்க அங்கும் இங்கும் அலைகிறது.

அவர் வாசலில் உட்கார்ந்தபடி தெருவை இன்னும் அதிகமாக வெறித்துக்கொண்டிருந்தார். அதோ துறுதுறுக்கும் கண்களோடு துள்ளி வருவது யார்? மினுமினுப்பான, ஒருபோதும் தொட முடியாத மெல்லுடலோடு அவள் வருகிறாள். ஆளில்லா நேரங்களில் மட்டுமே வருகிற அந்தக் கள்ளிக்கு, கொடுக்க என்ன இருக்கிறது. மண்ணெண்ணெய் கலந்த வண்ணங்களின் வாசனை அவளுக்கும் பிடித்துவிட்டது போல. வெறுமையின் வெளியெங்கும் ஆயிரம் வண்ணங்களை அள்ளித்

தெளிக்கிற சாகசக்காரியாகத் தினம் தினம் வருகிறாள். யாருமற்ற நேரத்தில் நினைவுகள் போல், தென்றல் மாதிரி, இசையின் சாயலில் அவள் வருகிறாள். ஒரு நிமிடமும் நிற்காத தூரிகை வாளை ஆட்டிக்கொண்டு வருகிற அவளுக்கும் இவருக்கும் ஆறுமாதத் தொடுப்பிருக்கிறது. பிலால் கடையில் அவளுக்கென வாங்கிய பன் ரொட்டியை எடுத்துப் பிய்த்துப் போடுகிறார். வேகமாக நகர்ந்து, வேகமாக நின்று, வேகமாகத் தயங்கி, மீண்டும் வந்து ரொட்டித் துகளை எடுத்துக் குத்துக்காலிட்டு உட்கார்ந்து சாப்பிடுகிறாள். அது, எல்லோருக்கும் அணில், கனியண்ணனுக்கு மட்டும் அவள் பீனிக்ஸ், அப்படியொரு நாமகரணம் சூட்டப்பட்டது அந்த அணிலுக்குத் தெரியாது. ஆனால், அவரது ஆழ்ந்த மௌனத்தோடு, துடிதுடிப்பான அதன் அங்க சேஷ்டைகள் அவரோடு கலந்துரையாடும். மாதவனிடம் மட்டுமே பகிர்ந்துகொண்ட அநேக ரகசியங்களை அவளோடு பகிர்ந்துகொள்கிறார். இசைக்குறிப்பு போலிருக்கும் அதன் சத்தத்தோடு ஒரு நேர்காணல் நடக்கும். அது மூன்றாவது மனிதரொருவர் இடைமறிக்கிறவரை தொடரும். அதோ, ஒருமாதத்துக்குப் பிறகு நடக்க இருக்கிற ‘கோக்’ எதிர்ப்பு ஆர்ப்பாட்டத்திற்குப் போர்டு எழுதவும், சுவர் விளம்பரம் எழுதவும் வாசகங்களை ஏந்திக்கொண்டு, தோழர் எம்ஜியார் வந்துகொண்டிருக்கிறார். ரொட்டித்துகளைப் போட்டுவிட்டுச் சடுதியில் ஓடி மறைந்துவிடுகிறது பீனிக்ஸ்.

பசி

சின்னக்கருப்பி அடுக்குப்பானையை ஒவ்வொன்றாக இறக்கிப் பார்த்தாள். எல்லாமே ஒத்தக் கையில் தூக்குகிற மாதிரி கனமில்லாமல் இருந்தது. மேல் பானையில் கேப்பை சிந்தச் சிந்த இருந்ததும், ரெண்டாவது பானையில் காலக்கம்பு இருந்ததும் பழைய காலம் ஆகிப் போனது. இப்போது ரெண்டு பானையிலும் கோழிக்குப் போடக்கூட ஒரு பொட்டுத் தவசம் இல்லை. மூனாவது பானையில் வரகரிசி இருந்தது.

அதுவும் போன ஞாயிற்றுக்கிழமை கருவாட்டு உப்புத் தண்ணியோடு தின்னு தீர்ந்து போச்சு. வரகரிசிச் சோறுன்னாக் கிழவன் குடியிருந்து திம்பான். ரசம் வச்சி கானப்பயத்துத் துவையல் அரைச்சி வச்சாச்சுன்னா மூனு பராச்சட்டி காலியாகும். பின்னத்தி ஆளுக்கு இருக்கா இல்லியான்னு பாக்க மாட்டான். வகுத்துக்கு வஞ்சகம் வைக்காத மனுசன். களிக்கிண்டி கறிக்கொழம்பு வச்சுத் திரும்பமுள்ள சட்டி காலியாகும்.

இப்போ அரகொறச் சாப்பாட்டோட எந்திரிக்கிற மனுசனப் பாத்தா லாஞ்சனையா இருக்கும். கடைசிப் பானையில் புழுங்கரிசி மட்டும் கொஞ்சம் கிடக்கிறது. அதுவும் அரைப்படி கூடத் தேறாது, ஆடிக்கு வெள்ளச் சோத்துக்காக வச்சது. கொஞ்சம் கொஞ்சமாகக் காலியானது.

எஸ்.காமராஜ் ● 99

இப்போ தண்ணிக்கஞ்சியாப் போட்டாலும் ஒரு தேரத்தூக்குக் கூட வராது. இன்னைக்குப் பொழுதை எப்படித் தள்ள எனும் யோசனை அவளை அலைக்கழித்தது. அவளை மட்டுமல்ல, ஊர் நாட்டையெல்லாம் பாழாப்போன பஞ்சம் உறிஞ்சிக்கொண்டிருந்தது. ஜனங்கள் திங்காததை எல்லாம் திங்க ஆரம்பிச்சாச்சு. மாட்டுத் தவிடு வாங்கி அதை உரலில் குத்திச் சலிச்சு மாவாக்கிக் கூழ் காய்ச்சுவதும், வேந்தோண்டிக் கிழங்குக்காகப் பத்து மைல் தொலைவுக்கு மம்பட்டியோடு அலைந்து ஒரு குட்டிச்சாக்குக்கு அடைத்துக் கொண்டுவந்து உலரப்போட்டு ஆட்டி மாவெடுத்துக் கஞ்சி காச்சிக் குடிப்பதுவும் காணச் சகிக்கவில்லை. அதுவும் இந்த வேந்தோண்டிக் கிழங்கு இருக்கே, அத பச்சையில் ஆட்டி காய்ச்சினால் வாய் வயிறு எல்லாம் அரிப்பெடுக்கும்.

ஆட்டு உரலில் போட்டு ஆட்டும்போது கூட கை செக்கச் செவேரென்று சிவந்து போகிற அளவுக்குக் காட்டமானதென்றால் பார்த்துக்கொள்ளுங்களேன். மொத்தம் நாலைந்து ஆட்டு உரல் மட்டும் பொதுவில் கிடக்கிற இந்த ஊரில் ஆடி தைக்குத்தான் அரிசி சோளம் ஆட்டி தோசை சுடுவார்கள். அப்போதெல்லாம் ராத்திரி முழுக்க ஆட்டுரலுக்குப் பக்கத்தில் நனைந்த அரிசிச்சட்டி வரிசையாக இருக்க, பெண்டுகள் குழுக் குழுவாக உட்கார்ந்து ஊர்ப் பொறனி பேசுவார்கள். கடைசி ஆள் ஆட்டி முடிக்கும்போது, முதல் ஆள் சுர்ரெனத் தோசையை ஊற்றிவிடுவார்கள்.

வகை வகையாய் கம்மந்தோசை, சோளத்தோசை, தினைப் பணியாரம் என ஆட்டுரலுக்கு வந்து சேரும். இப்போது தினந்தினம் ஆட்டு உரல் பக்கம் கூட்டம் கூடுகிறது. ராவும் பகலும் வேந்தோண்டிக் கிழங்கை ஆட்டக் கூட்டம் கூடுகிறது. ஊருக்குள் கொஞ்சப்பேருக்கு ஒத்துக்கொள்ளாமல் பேதியெடுத்துக் கிடந்தார்கள். இருந்தும் மிச்ச ஜனங்கள் வேறு வழியில்லாமல் அதையே சாப்பிட்டார்கள். ஏதாவது கிடைத்துவிட்டால் ஊரே கூடி அடிச்சுப் புடிச்சிப் பங்கு போட்டுக்கொள்வதும், புதுவகைச் சாப்பாட்டைக் கண்டுபிடிப்பவர்கள் கடவுளுக்கு மேலானவர்களாகவும் அறியப்பட்டார்கள். வரப்புமேடுகளில் உள்ள பொந்துகளுக்குள் எலி தேடித் தேடித் தோண்டிச் சேமித்து வைத்த தானியங்களையும், அகப்பட்டுக்கொண்டால் எலிகளையும் அடித்துக்கொண்டு வந்து சமையல் பண்ணினார்கள். கோட்டைப்பட்டி, கோதை நாச்சியாபுரம் என்று தூரக்காடுகளுக்குப் போய் புளிச்சக்கீரையை வரப்புகளிலிருந்து சாக்குச் சாக்காகக் கொண்டுவந்து பங்குபோட்டு அவித்துத்

தின்றார்கள். அதுமட்டுமில்லை, பச்சையாய்த் தெரிகிற எல்லாவற்றையும் அவித்துத் தின்றார்கள். அதில் புளிய இலைகள் கூடத் தப்பவில்லை. தப்பியது வேப்ப இலைகள் மட்டும்தான்.

தினம் ஒருவேளை வகுறு ரெப்புவதே பெரும்பாடானது. திண்ணையில் கிடந்த கிழடுகள் ஒவ்வொன்னாகச் சுடுகாட்டுக்குப் போனது. ராத்திரிக் காய்ச்சி ஆற வைக்கிற கஞ்சிப்பானைகள் விடிகிறபோது காணாமல் போயின. ஆசை ஆசையாய் வளர்த்த அந்தச் செம்பட்டைக் கலர் பூனையைக் கூட அடித்துத் தின்றுவிட்டான் அருளப்பக் கிழவன். அதற்காக ஒருமாதக் காலம் பித்துப் பிடித்த மாதிரி பொலம்பிக் கிடந்தாள் மரியசெல்வக்கிழவி.

நாலு மைல் தள்ளியிருக்கிற மேட்டுப்பட்டியில் சீனிக் கிழங்கு தோட்டம் அழிந்துபோன சேதி கேட்டுத் தப்புக்கிழங்கு தோண்ட ஊரே திரண்டு போனது. சம்பளத்துக்குக் கிழங்கு தோண்டுபவர்கள் தப்புக்கிழங்கு தோண்டுகிறவர்களை மனதில் வைத்துக்கொண்டு மம்பட்டியை ஆழமாக இறக்காமல் மேலாப்பிலேயே வெட்டுவார்கள். பிறகு, யாரிடமாவது சொல்லிவிட்டால் அது காத்தோட கலந்து கேகேன்னு ஊர் தூசிக் காடாகிப் போகும். அப்படித்தான் ஆணு, பொண்ணு, நஞ்சான், நசுக்கான், கொமறு, கெழடு வித்தியாசமில்லாமல் கையில் கிடைத்ததை எடுத்துக்கொண்டு ஓட்டமும் நடையுமாகக் கிளம்பினார்கள். பார்க்கப் படை திரண்டு போவது போலிருந்தது.

மம்பட்டி, செதுக்கி இல்லாத வீட்டுக்காரர்கள் வீடு வீடாய்ப் போய் இரவலுக்காகக் கெஞ்சினார்கள். அப்போது தீராப் பகையெல்லாம் தீர்ந்து போனது. அங்கு போனபோது தோட்டத்துக்கார நாயக்கர் உள்ளே இறங்கவிடவில்லை. சனம் தவதாயப்பட்டது. ஒருமணி நேரம் அந்த வரப்புப் பக்கத்திலேயே காத்துக் கிடந்தது. நாய்க்கரு அழிஞ்சுபோன வெத்துத் தோட்டத்தில் எதையோ தொலைத்த மாதிரி அங்குமிங்கும் அலைந்தார். பிஞ்சைக்குள் கிடக்கிற சீனிக் கிழங்கு கொடிகளை அள்ளி வரப்பில் போடவும், அதையே திருப்பி எடுத்துவந்து உள்ளே போடவுமாக ரொம்பக் கருக்கா வேலை செய்கிற மாதிரிக் காட்டிக்கொண்டார். யாராவது கெஞ்சி “சாமி கொஞ்சம் பெரிய மனசு” என்று ஆரம்பிக்கும் முன்னால் “மயிரு மனசு. துட்ட அள்ளி மண்ணுல போட்ருக்கேன், நீங்க வந்து நோகாம நொட்டிக்கிட்டுப் போகிறதுக்கா”

“அதாஞ் சாமியவுக அந்தத் தேடு தேடுறாக”

“எலேய் எவண்டாவன், ஏழக் குசும்ப காற்றீகள்ள. ஓடுங்க, ஒரு பய பொழியில மிதிக்கக் கூடாது.”

வானத்துக்கும் பூமிக்குமாகக் குதித்தார். ஆனாலும் விட்டுவிட மனசில்லை.

அதற்கு ரெண்டு காரணங்களிருந்தன. ஒன்று, அப்படியே விட்டுவிட்டால் யாருக்கும் உதவாமல் மண்ணுக்குள்ளிருக்கிற தப்புக்கிழங்குகள் முளைத்துவிடும். கொஞ்சம் வீராப்பு பண்ணி மூனுக்கொன்னு நாலுக்கொன்னு என்று பங்கு கேட்டால் ஒத்துக்கொள்வார்கள். வராக அவதாரமெடுத்துப் பூமியின் அடுத்த பக்கம் தெரியுமளவுக்குத் தோண்டுவார்கள். கடைசியில் ஒரு சாக்குக்குக் கிழங்கு கட்டிக்கொண்டு போகலாம்.

ரெண்டு, கூட்டத்துக்குள் நிற்கிற குருவக்கா. புல்லறுக்க அடிக்கடி ஆளில்லா நேரங்களில் பிஞ்சைக்கு வருகிறவள். அவளுக்காவாவது அந்தக் கூட்டத்தைப் பிஞ்சைக்குள் விட வேண்டும். அது ஏதாவதொரு நாள் பலிக்கும் என்று கனாக் கண்டார். அப்போது லொக்கு லொக்குனு இருமிக்கொண்டிருக்கிற ரெங்கம்மாவை நினைத்துக்கொண்டதால் குருவக்கா இன்னும் மினுமினுப்பாகத் தெரிந்தாள்.

முத்தையா கிழவன் காலில் விழாத குறையாகக் கேட்டதும், ஒருவழியாய் சுமுக ஒப்பந்தமானது. அதன் பிரகாரம் பெரிய சைஸ் முண்டு கிழங்குகளெல்லாம் பிஞ்சைக்காரருக்கு, வேர்க் கிழங்குகள் தோண்டுகிறவர்களுக்கு என்று முடிவானது. அப்புறம் ரெண்டு நாளைக்கு ஊர் முழுக்கக் கிழங்கு அவிகிற வாசம்தான். ராத்திரி கிழங்கவிச்சி சுலகில் தட்டி வீட்டு முகட்டில் உலர வைத்தால் விடிய விடிய பனியில் நனைந்து பகலில் திங்க தித்திப்பாய் இருக்கும்.

எல்லாம் ரெண்டு நாளைக்குத்தான். பிறகு ஒருத்தர் மூஞ்சிய ஒருத்தர் பாத்துக்கிட்டு உட்கார்ந்து மூலவீட்டுக் கருப்பணன் கதை சொல்ல வாய் பாத்துக்கிட்டிருக்க வேண்டியதுதான்.

“என்ன மொகட்டப் பாத்துக்கிட்டு ரோசன வேண்டியிருக்கு, சுருக்கா கஞ்சியக் காச்சினாவுள்ள அடுத்து ஆகுற சோலியப் பாக்கலாம்”

வெளியே வேலி தூர் கட்டையை உடைத்துக்கொண்டிருந்த அம்மிடியான் வந்து பொண்டாட்டிக்காரியை விரசினான்.

"பத்துப்படிதாந் தேறும் வாரத்த ஓட்டிர்ரலாம். அப்பரம் எப்ப மழபேஞ்சி எப்படி வகுறு நெப்புறது"

"ஏ ஆக்கங்கெட்டவளே, நமக்கு மட்டுமா ஊரு உலகத்துக்கே பஞ்சம். அதுக்காக முட்டக்கட்டிக்கிட்டு முகட்டப் பாத்துக்கிட்டிருந்தா கூரையிலிருந்தா கொட்டும்."

அம்மிடியான் உஸ்ஸுன்னு உட்காராத மனுசன். பங்குனிப் பொங்கலுக்கு ஊரே உக்காந்து விடிய விடிய கரகாட்டம் பாத்துக்கிட்டிருந்தாலும் ராத்திரினும் கூடப் பாராமல் காட்டு வழியே போய் புல்லு, கூழும், அடுப்பெரிக்க விறகு, இப்படி எது கிடைத்தாலும் அரிச்சுக் கொண்டுவந்து வீடு சேர்க்கிறவன். தெருச்சண்டை பாக்கப் போனாலும், ஊர்ப் பஞ்சாயத்தானாலும் வீணாப் போகிற மிச்சத் துணிகள் நூல் சேர்த்துக் கம்பளிக்கயிறு திரித்துக்கொண்டே உட்கார்ந்திருப்பான். கூலிக்குக் கூப்பிட சம்சாரிமார்களும் முதலில் அம்மிடியானைப் பார்த்துவிட்டுக் கிடைக்காவிட்டால் மட்டுமே அடுத்த ஆட்களைத் தேடுவார்கள். நாலு ஆள் பாக்கிற வேலையானாலும் ஒத்தையில் முடிச்சுக் கொடுக்கிற பலசாலி. இதுபோக, கம்மங்கஞ்சி ஊறுகாய் கரைச்சுக் கொண்டுவந்து பனஓலையில பட்டபிடிச்சி ஊத்திக் கொடுத்துவிட்டால் போதும், தானிய மூட்டைகளை அட்டியில் போட, மாடு இல்லாத வெத்து வண்டியை வீட்டில் கொண்டுவந்து சேர்க்க, பாஞ்சாடிக்கல்லைக் கொண்டுபோய் திண்ணைக்கு வைக்க, இப்படியாப்பட்ட பெரும்பூட்டு வேலைகளைக் கூலி இல்லாமல் முடித்துக்கொள்வார்கள். அம்மிடியானும் அதற்காகவே உருவெடுத்த மாதிரி முகஞ்சுழிக்காமல் செய்து முடிப்பான். அந்த வேலைகள் பார்ப்பதன் மூலம் கூலி வேலைகள் அவனுக்கு உத்திரவாதப்படுத்தப்படும் என்று நம்பியிருந்தான்.

கூலிக்கு மாரடிக்கிற பொழப்பு, ஊரே சம்சாரிமார்களை அண்டிப் பிழைப்பு நடத்திக்கொண்டிருந்தது. இப்போது ஓசி வேலைகளும் இல்லை, கூலி வேலைகளும் இல்லை, கிடைக்கும் என்கிற நம்பிக்கையும் இல்லை. பஞ்சம் இல்லாத காலங்களில் வேலை இல்லை என்றால் அப்படியே காலாற சம்சாரிக வீட்டுப் பக்கம்போய் முகத்தைக் காட்டினால் போதும். ஏதாவது சின்னச் சின்ன வேலைகளைக் கொடுத்து, பொழுதுபோகிற நேரம் கொஞ்சம் பழய சோறும், கொஞ்சம் தவசமும் கொடுத்தனுப்புவார்கள்.

அதை வைத்துப் பொழுதைக் கழித்துவிடலாம். இப்போது கிட்டத்தட்ட சம்சாரிக பொழப்பும் நாறிப்போய்க் கிடக்கிறது.

ஊருக்குள் நுழைகிற வேத்து மனுசர்கள் ஆள் கூப்பிட வருகிற சாமிமார்களாகவே தெரிந்தார்கள். அப்போது மந்தமாய்க் கிடந்த வயிறுகள் இரைந்து விறுவிறுப்பாகி பசியெடுக்கும். விசாரித்து வேறு சோலியாய் வந்தவர்கள் எனத் தெரிந்துகொண்ட பிறகு, சப்பென்று போகும். திரும்பவும் போய் பாஞ்சாம்புலி விளையாடவோ, தாயம் உருட்டவோ உட்கார்ந்துவிடுவார்கள். கொஞ்சப் பேர் உட்கார்ந்து பெரியசாமி கிழவனிடம் கதை கேட்கச் சூழ்ந்துகொள்வார்கள்.

“முக்கு ரோட்டத் தாண்டி கொடைக்கான் வண்டி போகுது, குபீர்னு ஒரு ஆட்டுக்குட்டி குறுக்கப் பாஞ்சதப்பா, கொலப் பதறிப்போனேன். இந்தப் பக்கம் ஆட்டுக்குட்டி அந்தப் பக்கம் சரி கெடங்கு. பச்சக்குட்டி சும்மா மினுமினுன்னு இருந்திச்சு. ஆட்டப் பாத்தா மிடியுமா, காருக்குள்ள அத்தனை உசுப்புறானிக இருக்கு, அதையும் பாக்கணும் இல்லயா?” நிறுத்திக்கொண்டு லங்கோட்டைத் தடவிப் பார்த்தார். வைக்காத பீடியைத் தேடுவதாகப் பாவனை பண்ணினார். கதை கேட்கிற ஆவலில் காரவீட்டு குருசாமி ஒரு பீடி உருவிக்கொடுக்க, பத்த வைத்துக்கொண்டார். “பெற கென்னாச்சப்பா சொல்லு,” கூல்பானை மாடசாமி கேட்க “பொறு ஓர் இழுப்பு இழுத்துக்கிடுதன்... பெறகென்ன கோவரத்த கெடுத்த வெள்ளாடுன்னு சும்மாவா சொன்னான், ஒக்கால ஓலி ஆடு அந்தானக்கி பசக்குனு மறுக்கி ஓடிறுச்சி”

சுவாரஸ்யம் குறைந்துபோன பார்வையாளர்களாக “இதுக்குத்தான், இந்தப் போடா” முணுமுணுத்துக்கொண்டே “ஆமா சின்னையா, திங்கிறவந் திங்க திருப்பரங்கொண்டத்துக்காரன் தெண்டங் குடுத்தான்னு சொல்றாகளே அதாரு.” “எலே, அது சொலவட” என்று பெரிதாக ஆரம்பிக்கும் முன்னாடியே,

“அதுவேற யாருமில்ல, நம்ம கார வீட்டு குருசாமிதான்.”

“எப்பிடி”

“சடயம்பட்டி ரோட்டுல ஆட்டுக்குட்டி ஓடுனதுக்கு, கார வீட்டு குருசாமி ஒரு பீடி தெண்டங் கெட்டல?” பெரியசாமி கிழவனுக்குப் பீடிப்புகை விக்கலெடுத்தது. சுத்தியிருந்தவர்கள் சிரித்தார்கள். அடுத்த பீடிக்கு ஆள் பார்க்க பெரியசாமி கிழவன் கிளம்பினான்.

அந்தப் பக்கமாய்ப் போன அம்மிடியான் இவர்களைப் பார்த்து, “நல்லா ஒக்காந்து ஊர்ப்பொறனி பேசுங்கைய்யா வேல சோலியல்லாமப் போனது ஊர்க்காரங்களுக்குத் திண்டாட்டம், ஒங்களுக்குக் கொண்டாட்டமில்ல. ஒக்காந்த எடம் உள்ள ஓரடிக்கு எறங்கந்தட்டியும் பேசமாட்டீக. ”

“அதுக்காக ஒன்னயக் கனட்டா நல்லாருக்கிற கூரைய ஒரு நாப் பிரிச்சுப் போட, மறு நா மேஞ்சு போடச் சொல்றயா” கொட்டங்கச்சி மாரியப்பன் சொன்னான்.

தலையிலடித்துக்கொண்டு வேகமாகக் கடந்து போனான் அம்மிடியான்.

காது கேளாத தூரம் போன பிறகு, ஆறுமுகச்சாமி முதலாளி வீட்டுக் குலுக்கையிலிருந்து நெல் அள்ளிப்போடப் போன விவகாரம் சொல்லிச் சிரித்துக்கொண்டிருந்தார்கள்.

தூரத்தில் ரெங்கசாமி நாயக்கர் வருவது தெரிந்ததும் ஆளாளுக்கு அடிச்சுப் பதறிக்கொண்டு ஓடினார்கள். எப்படியும் ஒருவார வேலையோடுதான் வருவார். பெரிய சம்சாரி, ஒத்தையால் தாண்டி ஓடைப்பட்டி வரைக்கும் முக்காவாசி காடுகள் அவருக்கானதாகவே இருந்தன. காடு திருத்தி அறுகெடுக்கிற காலமிது. அதுக்காகத்தான் வருகிறார் என்று ஊகித்துக்கொண்டார்கள்.

நெருங்கி வந்தப்புறம் முகத்தைத் தொங்கப்போட்டுக்கொண்டு வந்திருப்பது தெரிந்தது. ஒருவேளை சாமியவுக காட்டுல, வீட்டுல எவனாச்சும் களவாண்டிருப்பானோ என்ற சந்தேகம் வந்தது. ‘எல்லவனும், காதல் மன்னன் முனியாண்டியும்தான் இந்த மாதிரிச் சோலிகளுக்கெல்லாம் போறவங்க. அவங்களும் எங்கிட்டோ மெட்ராஸ் பக்கம் தட்டுப்பட்டதாத்தானே கேள்வி வந்துச்சு’ என்று ஆளாளுக்குக் குசுகுசுத்துக்கொண்டார்கள்.

“சாமி நம்ம பயக ஏதும் களவு சோலிக்கு வந்தங்களா?”

“ச்சய்... அதெல்லாம் இல்லப்பா”

முத்தையா கிழவனின் கேள்விக்குப் பதில் சொல்லிவிட்டுத் தயங்கினார். வேறு ஏதாவது பொம்பளைச் சமாச்சாரமாக இருக்குமோ, அப்படி இருக்க வாய்ப்பில்லையே. சனம் அர வகுறும் கொற வகுறுமாக் கெடக்கே. தாறுமாறாகச் சிந்திக்க வைத்தது.

விசயத்தைச் சொன்ன பிறகு 'ப்பூ' இவ்வளவுதானாக்கும் என்றிருந்தது.

"சரி சாமி, ஒரு வெத்து வண்டி மட்டும் ரெடி பண்ணுங்க. நாங்க பாத்துக்கிடுவம்" கூட்டத்துக்குள்ளிருந்து முகம் தெரியாதபடிக்கு ஒரு குரல் மட்டும் கேட்டது.

"அர மூடத் தவசம் தரச் சொல்லுங்க"

"எவன்டாவன், ஆரப்பாத்து கூலி பேசுற, தராதரம் தெரியாத நாயி. அதுவும் என்ன சோலிக்கு, சாமி நீங்க போங்க"

முத்தையா கிழவன்தான் தலைமை தாங்கினார். "பத்துப் பேர் போதுமா, சாயங்காலம் போங்க, கருக்கா முடிச்சுட்டு வந்துறுங்க. அதுக்கப்புறம் பத்து இருவது பிடி தவசம் கேட்டு வாங்கிறலாம்."

"அவ்வளவுதானா, ஆளுக்கு அரப்பிடி கூடத் தேறாதே" கூல்பானை சொன்னான்.

"பேசாம தெக்குத் தெருவுக்காரனுகள போகச் சொல்லலாம்"

"அதுக்கு மனசு ஒவ்வாமத்தான நம்மகிட்டச் சொல்லிருக்காரு, வேலய முடிச்சுட்டு வந்து சாமி அருகெடுக்கவுடுங்க,"

"பாதிக்குப் பாதியானாலும் கூலிக்கு ஒத்துக்கிறோமின்னு சொன்னாக் கேப்பா...ரு, வெவரமாப் பொழக்கத் தெரியலயே"

முத்தையா கிழவன் சொன்னதுக்கும் மேலாக ஆள் போனார்கள். இருவது பேர் தேறும். இடத்துக்குப் போய்ச் சேர கருக்கிருட்டாயிருந்தது. கொஞ்சம் கஸ்டமாயிருந்தாலும், வரப்போகும் ஒருவாரக் கூலியைக் கற்பனை பண்ணிக்கொண்டு உற்சாகமாகப் பாரம் ஏற்றி, தயாராயிருந்தார்கள். சாமியவுக வந்தாக.

"சாமி எல்லாம் முடியப்போகுது, நாளயில இருந்து நம்ம காட்டுக்கு அறுகெடுத்துருவம்"

இப்போதைக்கு இல்லையென்கிற விசயம் கறாராகச் சொல்லப்பட்டது. கோபித்துக்கொள்ளவும் முடியாமல், ஏற்றுக்கொள்ளவும் இயலாமல் சோர்வு மட்டும் மிஞ்சியது. சோர்வில் பசி இன்னும் கூடியது. பசிக்கிறக்கத்தில் தள்ள முடியாத அளவுக்கு வண்டிப்பாரம் கனத்தது. விடிவெள்ளியனெ நினைத்தது நித்திய இருட்டாகத் தெரிந்தது. நாளையும் பசிக்கும், அடுத்த

நாளும் பசிக்கும். தீராக் கொடுமையிலும், வழிதெரியாத இருட்டிலுமாகப் பயணம் தொடர்ந்தது.

"இது எப்பிடி ஆச்சாம்"

இருட்டுக்குரல் ஒன்று கேட்டது.

"பச்சக்கூழமும், காஞ்ச கூழமும் இல்லாம மிச்சக் கஞ்சிய ஊத்திருக்காக அதான் அசபோட முடியாம..."

ஒருக்களித்துப் படுத்துக் கிடந்த அந்த உருவத்தை எல்லோரும் திரும்பத் திரும்பப் பார்த்தார்கள். இவ்வளவும் ஒன்னுக்கும் உதவாமல் மண்ணுக்குள் புதையப் போகிறது. கஞ்சியுமில்லாமத் தண்ணியுமில்லாம இசுப்பெடுத்துக் கிடக்கிற ஜனங்கள், அந்த சைசுக்குக் குழி தோண்டுவதை நினைத்தாலே ஆயாசமாக வந்தது. அத்தனை பெரிய குழிதோண்ட விடிந்து போகும்.

யோசனையோடே பின்னால் நடந்துகொண்டிருந்த அம்மிடியான் சொன்னான்.

"வண்டிய ஊருக்குத் திருப்புங்க"

"ஆமாப்பா நானும் அப்பிடித்தான் ரோசனை பண்ணினேன்"

பஞ்சம் தலை தூக்கியதிலிருந்து நாலைந்து மாசமாக மாடடிப்பது அரிதாகியிருந்தது. கறி வேட்கை குதூகலத்தை உண்டாக்கியது. வண்டிச் சக்கரத்தின் வேகம் கூடியது. ஊரெல்லை வந்ததும் ஒதுக்குப்புறத்தில் நிறுத்தித் தகவல் சொல்லியனுப்பினார்கள்.

தூங்கியும் தூங்காமலிருந்த சனம் ஒவ்வொன்னாய்ப் பெருகியது. பழைய சைக்கிள் டயரில் தீப்பந்தம் கொளுத்தப்பட்டது. ரப்பர் வாடையுடன் அந்தப் பகுதியெங்கும் மங்கலான வெளிச்சம் பரவியது. ஆண்களும் பெண்களும் கண்களில் பசியெரிய சுற்றி நின்றிருந்தார்கள். பாக்கியக் கிழவனும் வள்ளிமுத்து பெரியப்பனும் பலகையில் மண்ணைத் தெள்ளி, கத்திகளை கர்ர்ராங்... கர்ர்ராங்... என்று தீட்டினார்கள். அந்தச் சத்தம் பசியோடிருக்கிற கைப்பிள்ளைகளை ஆசுவாசப்படுத்துகிற இசை போல விரிந்து அந்தக் காடெங்கிலும் வியாபித்தது.

கொம்பு

ரொம்பவும் அவஸ்தைப் பட்டான். பட்டான் என்று சொல்லுதல் கூடாது, பட்டார். கவசக் குண்டலத்தைப் போல அது எப்போதுமே அவரது தலையோடு ஒட்டியிருந்தது. படுக்கையிலும் கூட அவரோடே இருந்தது. இருசக்கர வாகனத்தில் செல்லும்போது ஒரு கையால் அதைப் பிடித்துக்கொள்ள வேண்டியிருந்தது. இதனால் இரண்டுமுறை கவனம் சிதறி, பயங்கரமான விபத்து மயிரிழையில் தப்பிப்போனது.

உடனடியாக இருசக்கர வாகனத்திலேயே மதுரைக்குப் போய் தலைக்கவசம் போலொரு குல்லாயை ஆர்டர் செய்து வாங்கிவந்தார். அலுவலகத்தில் அதை அணிந்தபடியே இருந்ததால் கோமாளியைப் பார்க்கிற மாதிரி பார்ப்பார்கள் இல்லையா. அதனாலேயே அலுவலகத்திற்கு ஒன்று, வாகனத்திற்கு ஒன்றென இரண்டு வைத்துக்கொண்டு அதிலிருந்தும் சாமர்த்தியமாய்த் தப்பித்துக்கொண்டார்.

அப்படியொன்றும் அவருக்கு வழுக்கைத் தலைகூட கிடையாது. இந்த செப்டம்பர் இருபதோடு முப்பத்து நான்கு வயது பூர்த்தியானாலும் அடர்த்தியான

கத்தையான கோரை முடி. ஷாம்பு விளம்பரத்தில் நடிக்கிற அளவுக்குக் கருகரு கேசம். போகிற இடமெல்லாம் அவரது முடி பார்த்துப் பொறாமை மேலாகிற சக அதிகாரிகள், வெளிப்படையாகவே அதைச் சொன்னார்கள்.

அந்தப் பெருமையெல்லாம் தவிடு பொடியாகிற அளவுக்கு இப்படியொரு பிரச்சினை முளைத்தது. ஆமாம், அவரது மனைவிதான் அதைக் கண்டுபிடித்தார். அந்த அகால இரவில் "இதென்ன இரண்டு கொம்பு மாதிரி" என்று கேட்டபோது இருந்த நெருக்கமும் இறுக்கமும் அதை இரண்டாம் பட்சமாக்கியிருந்தது. ரொம்ப நாள் கழித்து 'அரிஸ்டோகிராட்' முடிதிருத்தும் நிலையத்தில் வேலுச்சாமியின் சீப்பில் நெருடியபோதுதான் முழு விபரீதம் உணர்ந்தார்.

வேலுச்சாமியின் அதிர்ச்சி இவருக்கு நெருட, "அது மரு, மிச்ச மண் எங்க குடும்பத்துல எல்லாருக்கும் இப்டித்தான்" என்று பாரம்பரியப் பெருமை சொன்னார். மருத்துவரிடம் காட்டச் சொல்லி வேலுச்சாமி சிபாரிசு பண்ணியபோது, "ஒரு மருத்துவர் பார்த்தாப் போதாதாப்பா" என்று விகடம் சொல்லிவிட்டதாய் அவரே சிரித்துக்கொண்டார்.

அப்புறம் சீரியஸாக இதிகாசத்தில் சில பேரைச் சொல்லி அவர்களுக்கெல்லாம் கூட இருந்தது எனும் புது வியாக்கியானம் சொன்னார். ஆளில்லா நேரம் பார்த்துத் திரும்பி வந்து, விசயம் வெளியே கசிய வேண்டாமென்று கேட்டுக்கொண்டார். அப்போது அவரிடம் இருந்த குழைவு அவருக்கே அன்னியமாகப்பட்டது.

அட ஆச்சரியம், அப்போது கொம்பு சுத்தமாக மறைந்திருந்தது. அதன் பிறகு பகலில் முடி திருத்துவதைத் தவிர்த்து இரவுகளை மட்டும் தேர்ந்தெடுத்தார். ஆக, இந்த ரகசியம் உலகத்தில் மூன்றாம் நபருக்குக் கூடத் தெரிய நேர்ந்தது. அந்த ரகசிய எல்லைக்குள் மற்றுமொரு நபர் நுழையாதபடிக்குக் கண்ணும் கருத்துமாய்க் காவலிருந்தார். அதற்கு அவர் பட்டபாடு கொஞ்ச நஞ்சமல்ல.

பொது இடங்களில் நடமாடுவதைத் தவிர்த்தார். பஸ் பிரயாணம் அறவே ஒழித்தார். நூறு கிலோ மீட்டர் வரையிலான பயணங்களுக்குக் கூட இருசக்கர வாகனமும், அதற்கு மேலென்றால் வாடகைக் காருமென்றாகிப் போனது. சினிமா தியேட்டர் போக முடியாததினால், பொழுதுபோக்கென்று ஒன்றுமே இல்லாமல் போனது. ஆனாலும், இப்போது ஹோம் தியேட்டர்,

வி.சி.டி என்ற விஞ்ஞான வளர்ச்சி அவருக்கென உருவானது போலானது. நண்பர்கள் பார்த்துப் பேசுவது திண்ணைப் பேச்சென ஒதுக்கித் தள்ளினார். பால்ய நண்பர்களைப் பார்த்து ஒதுங்கிப் போனார். அப்படியே தவிர்க்க முடியாமல் அவர்களோடு பேச நேர்ந்தால் அவரே முந்திக்கொண்டு “சார்” போட்டுப் பேசிவிடுவார்.

வீட்டில் அவருக்கெனத் தனி அறை, தனி சோப்பு, சீப்பு. அந்தச் சீப்பில் இரண்டு இடங்களில் பல்லை ஒடித்து கொம்பில் படாதபடியான தொழில் நுட்பமும் செய்துகொண்டார். மனைவி குழந்தைகளிடம் நல்ல கணவராக, பாசமுள்ள தகப்பனாக இருக்க நிறைய கஷ்டப்பட்டார்.

ஒருமுறை குற்றாலம் போயிருந்தபோது, நகரிய தனி அதிகாரியிடம் தனது விசிட்டிங் கார்டைக் காண்பித்துத் தனியே பேச அனுமதி வாங்கினார். அவரும் அலுவலகக் கிளை திறக்க இடம் தேடி வந்திருப்பதாக நினைத்துக்கொண்டு பெப்சி குடிக்கக் கொடுத்து உபசரித்தார்.

தான் மட்டும் குளிப்பதற்கு ஏதாவது பிரத்யேக ஏற்பாடு பண்ண முடியுமாவெனக் கேட்டதும் அதிகாரி ஆடிப்போனார். மேலும் கீழும் பார்த்துவிட்டுப் பயந்து போய் வழியனுப்பி வைத்தார். வேறு என்ன செய்ய, குடும்பத்தாரை மட்டும் குளிக்கச் சொல்லி வேடிக்கை பார்த்துவிட்டு, திரும்பவந்து விடுதி அறையில் குளித்தார்.

சொந்த பந்தங்களின் வீடுகளுக்குப் போனால் போன காலோடு திரும்பிவந்தார். கூடப் பிறந்த அக்கா வீட்டுக் கிரஹப்பிரவேசத்திற்குப் போய் தலையைக் காண்பித்துவிட்டுத் திரும்பியதால் மனுசரண்டாதவரானார்.

இந்தக் கால ஓட்டத்தில் அவருக்குப் பதவி உயர்வும் கிடைத்தது. அலுவலகத்தில் அவருக்கெனத் தனி கண்ணாடி அறையும், சுழல் நாற்காலியும், தனி தொலைபேசியும் ஒதுக்கப்பட்டன. இந்தக் கொம்பு பிரச்சினையைச் சமாளிக்கக் கடவுளே கொடுத்ததாகப் புளகாங்கிதப்பட்டுத் திருப்பதிக்குப் போய் வெள்ளியில் கொம்பு செய்து செலுத்திவிட்டு, மொட்டைப் போடாமல் திரும்பிவந்தார்.

பதவி உயர உயர கொம்பும் உயர்ந்தது. இப்போது தொப்பியின் உயரத்தை அதிகரிக்க வேண்டியதாயிற்று. “அளவோடு இல்லாட்டி கொம்பு மாதிரித் தெரியும்” கடைக்காரன் சொன்னபோது “மைண்ட் யுவர் ஓன் பிசினஸ்” சொல்லி அதட்டினார்.

வேறு புதிய பிரச்சினைகளும் பூதாகரமாக முளைத்தன. அவர் காதுபட யாராவது அவன் பெரிய கொம்பனா என்று சொன்னால் அதற்காக மூசுமூசுவென்று கோபப்படுவது, 'வரட்டும் அவனுக்கென்ன கொம்பா மொளச்சிருக்கு' என்றால் அவரைத்தான் சொல்கிறார்களோ என்று ரொம்பவும் விசனப்படுவது அதிகமானது. எல்லாவற்றையும் விட அவரால் இரவு நேரங்களைக் கடத்துவது பெருங்கஷ்டமாகிக்கொண்டிருந்தது. ஆசையோடு தலைகோத முடியாமல் மனைவி தவித்தாள். இருவருக்கும் மடிமீது தலை சாய்க்கிற சிலாக்கியமில்லாமல் போனது. ஒருநாள் தூக்கத்தில் அவள் மீது தலைபட, அலறியடித்துக்கொண்டு எழுந்து அதோடு கட்டில் ரெண்டானது. அதற்கு முடிவு கட்டாமல் பக்கத்தில் வர வேண்டாமென்று கறாராகச் சொல்லிவிட, பிரச்சினை தலைக்கு மேல் போய்விட்டது.

இப்போது நான்காவது நபருக்குத் தெரிய வேண்டிய நிர்பந்தம் உருவானது. ஒருமாதம் விடுப்பெடுத்துக்கொண்டு சென்னை போனார்கள். சளி, காய்ச்சலென்றால் கூட மதுரை அப்பல்லோ மருத்துவமனைக்குப் போய் ஊசி போட்டுவிட்டு வந்தால்தான் அவருக்குச் சரியாகும். ஆதலால் விஜயா, ராமச்சந்திரா, அப்பல்லோ என உயர்தர மருத்துவமனைகளுக்கு மட்டுமே போனார்.

அறுத்தெடுத்துவிடுவது, ஆசிட் விட்டுக் கரைப்பது, மாத்திரையில் மட்டுப்படுத்துவது என இவர்கள் நினைத்த மாதிரி ஏதும் நடக்கவில்லை. எல்லா இடங்களிலும் ஆதியோடந்தமாய்க் கேட்டுவிட்டு மறுநாள் வரச் சொன்னார்கள். ஒருநாள் மருத்துவருக்காகக் காத்திருக்கிறபோது மருத்துவமனை சிப்பந்தி ஒருவன் வந்து பேச்சுக் கொடுத்தான். அவனோடு பேசுவதைத் தவிர்த்தார். அவனோடு மட்டுமல்ல வாழ்நாளில் அவர் காக்கி, வெள்ளைச் சீருடையில் இருக்கிற யாரோடும் பேசிப் பழக்கமில்லை. பேசினாலும், அலுவலக நிமித்தமாக மட்டும் பேசுவார். அப்போது அவரது குரல் துருப்பிடித்த தகரத்தைத் தரையில் தேய்த்தது போலிருக்கும். முகத்தையும் சிடுசிடுவென வைத்துக்கொள்வார்.

இதெல்லாம் அவரது அறிவுலக ஆசான் சொல்லித்தந்தது. ஆசான்தான் அவருக்கு எல்லாம். அவர் சொன்னால்தான் காலையில் தேனீர் குடிப்பார். ஆசானும் நீங்க நினைக்கிற மாதிரியில்லை. தமிழ்வாணனுக்கும் ஒருபடி மேல். எல்லாவற்றையும் எதிர்க்கோணத்திலிருந்தே பார்ப்பார். "சிப்பந்திகள், உதவியாளர் யாருக்கும் அதிக இடங்குடுக்கப்படாது, இடங்குடுத்தால் ஏறி

எஸ்.காமராஜ் ● 111

உட்காந்துக்குவானுக. மனைவி குழந்தைகளோடு கூட நெருங்கக்கூடாது. நெருங்கினால் வீக்னேஸ் தெரிந்துபோகும். உனக்குக் கீழுள்ளவர்கள் உலகச் சாதனையோடு வந்தால் கூட மறந்தும் பாராட்டிவிடக் கூடாது. அதைவிடப் பெரிய விசயங்கள் குறித்துதான் பேச வேண்டும்." இப்படியான அறிவுரைகளை அள்ளித் தெளிப்பார். அவை யாவும் இவருக்கென அளவெடுத்துத் தைத்தது போலிருக்க, புளகாங்கிதப்பட்டுப் போவார். அந்த ஆசானை நினைக்கிறபோதெல்லாம் அவருக்குப் பின்னால் ஒளிச்சக்கரம் ஒன்று சுற்றுவதாகத் தெரிந்தது. விட்டிருந்தால் அவரது படத்தைக் கூட பூஜை அறையில் வைத்திருப்பார், அப்படிப்பட்ட ஆசானுக்குக் கூடத் தெரியாமல் சென்னை வந்திருக்கிறார்.

இதுவும் அவர் சொன்னதுதான். எல்லாவற்றையும் சந்தேகப்படு, எதையும் நம்பாதே, உனது எல்லாக் கதவுகளையும் திறக்காதே. நல்லதொரு விகடம் கேட்டாலும் வாய் விட்டுச் சிரிக்கக் கூடாது. இப்படி அவரிடம் ஒருபெரும் பட்டியலிருக்கும். அதுதான் இவருக்கு வேதம். அதே வேதப்படி கொம்பு மேட்டரை அவரிடமே மறைத்துவிட்டார்.

இப்போது பாருங்கள், இந்தப் பாழாய்ப் போன சென்னையில், எல்லோரும் மிடுக்கானவர்களாகத் தெரிகிறார்கள். அதிகாரிகளையும் சிப்பந்திகளையும் பிரித்துப் பார்க்க முடியாமல் அவர் தவியாய்த் தவித்தார்.

யார் எப்படிப் போனாலென்ன இவருக்கு வேண்டியது உயர் ரக மருத்துவர்கள். அவர்கள் சென்னையில் நிறைய இருக்கிறார்கள். அவர்கள் எல்லோரும் ஒன்றுகூடியிருந்த அந்த மண்டபத்துக்கு அழைக்கப்பட்டார். நடுநாயகமாக உட்கார்த்தி வைக்கப்பட்டார்.

தமிழ்த் தொலைக்காட்சிகளோடு ஸ்டார் டிவிக்காரர்களும் தினத்தந்தி முதல் தமிழ் முரசு வரையிலான அனைத்துப் பிரபல பத்திரிகைகளும் வந்திருந்தன. கொழுத்த தீனி காத்திருக்கிறது என்கிற நினைப்பில் எல்லாவற்றின் நாக்கினின்றும் எச்சில் ஒழுகிக்கொண்டிருந்தது. ஒனிடா டிவி கம்பெனிக்காரனுக்கு மிகப் பெரிய அதிசயப் பரிசு கிடைத்திருந்தது.

அவசர அவசரமாகக் கூட்டப்பட்ட நிர்வாகக் குழுவிலும், அட்வர்டைஸ்மெண்ட் டிபார்ட்மெண்டிலும் கொம்பு பிரதானப் பொருளாகப் பேசப்பட்டது. அந்தத் தமிழ்த் தொலைக்காட்சிக் குழுமத்தின் அனைத்து மொழி பிரதிநிதிகளும் வந்திருந்தார்கள்.

பக்தி தொடர் எடுக்கிற இயக்குநர் பெருமக்கள் ஜென்ம சாபல்யமடைந்தது போல் காத்திருந்தார்கள். முறைப்படியான அறிமுகத்துக்குப் பின்னர் இவரிடமும் கேள்விகள் கேட்கப்பட்டன. எல்லாப் பிரபலங்களிடமும் கேட்கப்படுகிற அதே கேள்விப் பட்டியல்தான்.

"முடிதிருத்துபவருக்கு, உங்கள் மனைவிக்குத் தெரிவதற்கு முன்னால் உங்களுக்கு முதன்முதலில் எப்பொழுது தெரியவந்தது?"

நன்றாக யோசித்து நிறைய அவகாசமெடுத்துக்கொண்டு சொன்னார், "முதன்முதலாக ஆபீஸருக்கான ட்ரெயினிங்கில் இருக்கும்போதுதான் கொம்பு வளருவதாக உணர்ந்தேன்."

காணாமல் போன சாமி

சின்னக்காள் வேகுவேகென்று நடந்துவந்தாள். அவளைவிட வேகமாய் இருட்டு முந்திக்கொண்டு வந்தது. இன்னும் செத்த நேரத்தில் தெருலைட் போட்டு விடுவார்கள். சங்கனை நினைக்க நினைக்க உடல் நடுங்கியது. இன்னைக்கு எதால் அடிப்பானோ. ஆப்பக்கனையோ, களிமட்டையோ, விளக்கமாரோ. பிள்ளைமார் நல்லதண்ணிக் கிணத்துப் பக்கத்தில் வந்துவிட்டாள். அங்கே புளியமரங்கள் குவிந்திருந்தன.

பனை மர உயரத்துக்கும் மேலிருக்கிற அதன் ஆஜானுபாகு தோற்றம் ஊர்த் தாண்டியவுடனே பசக்கென்று கண்ணிழுக்கும். மேலப் புதூரிலிருந்து வெயிலில் நடந்துவருபவர்கள், கம்மாப்பட்டிக் காட்டுக்குக் களையெடுக்கப் போனவர்கள், வயக் காட்டுக்குத் தொலி வெட்டப் போனவர்கள் எல்லோரும் அங்கேதான் அஞ்சு நிமிசம் நின்று, காலாத்திக்கொண்டு போவார்கள். சித்திரை மாதத்தில் புளிக்கொத்தாய்க் காய்த்துத் தொங்கும். ஆணும் பொண்ணும் கல்லெடுத்து வீசி, எச்சில் ஊறத் தின்றுகொண்டு போவார்கள். அது குத்தகைக்கு

விடுகிறவரைத்தான். அதற்குப் பிறகு சங்கரநத்தத்து கருப்பசாமித்தேவரின் மீசையும் குரலும் அவரில்லாத வேளைகூடப் பயமுறுத்தும். அதுக்குக் காக்காதோப்பு என்று ஏன் பெயர் வந்தது என்று தெரியவில்லை. ஒருகாலத்தில் அங்கே பூந்தோட்டம் இருந்ததற்கான அடையாளமாக ஒரு வெள்ளரளிச்செடி இருந்தது. பக்கத்தில் பிள்ளையார் கோயில் ஒன்று இருக்கிறது. அதற்குச் சவரட்ணைகள் செய்ய தோப்பும் பூங்காவும் இருந்திருக்க வேண்டும்.

பிள்ளையார் கோயில் உள்ளும் புறமும் கருங்கல்லால் கட்டப்பட்டிருக்கும். ஒவ்வொரு கல்லும் கன்னங்கரேலென்று நாலு முதல் ஆறடி வரைக்கும் இருக்கும். ஒட்டார் மாமனும் கருப்பசாமி சித்தப்பாவும் அதை எப்படி சைசாக்கியிருப்பார்கள், எத்தனை பேர் சேர்ந்து தூக்கி வைத்திருப்பார்கள் என்று பேசிக்கொண்டு, அந்தக் கல் மண்டபத்தில் உட்கார்ந்துதான் சீட்டு விளையாடுவார்கள். பெரியவர்கள் பாஞ்சாப் புலி ஆடுவார்கள். தரத்துப் பையன்கள் தாயம் விளையாடுவார்கள்.

ரெண்டு பேர் கட்டிப் பிடிக்க முடியாத பெரிய தூண்களையெல்லாம் பூதங்கள்தான் தூக்கி வைத்திருக்க வேண்டும் என்று மூனு காது மாரிமுத்து சொல்லுவதை நம்பித்தான் ஆக வேண்டும், தர்க்கம் பண்ணவும் ஆராய்ச்சி பண்ணவும் எசக்கில்லை. ஆனால், அதைவிட பெரிய தூண்களை சைஸ் போடச் சொன்னால், நா வாரேன் நீ வாரேன்னு போட்டிப் போட்டு உடைத்துக்கொடுக்க ஊர் முழுக்க ஆளிருக்கிறது. வெட்டிப் பொழுதுகளில் அந்தக் கல் மண்டபத்தில் சீட்டாடவும், துண்டை விரித்துப் புளியமர நிழலில் வாயைப் பிளந்து தூங்கவும் வந்துவிடுவார்கள். ஊரைத் தாண்டி இருப்பதால் பொண்டாட்டிமார்களின் தொல்லையும், போலீஸ்காரங்க தொல்லையும் ஜாஸ்தி இருக்காது. குருவம்மாதான் அப்பப்போ வருவாள். வரும்போதெல்லாம் கையில் பனைமாரு இருக்கும்.

“எலே ஒனக்கு அறிவில்ல, களிக்கிண்ட வச்சிருந்த கேப்பமாவத் தூக்கி வித்துட்டு வந்து வட்டப்பாச்சால போட்டுருக்கிய, ராத்திரிக்கி என்ன ஒடைக்கா போவெ”

காது கேட்காதது போல மும்முரமாகச் சீட்டைப் பிதுக்கிக்கொண்டிருக்கும் ஆசிர்வாதம், பதிமூனு சீட்டுக்குள் அணுக்கதிர்கள் இருப்பதுபோல ஆராய்ச்சி பண்ணிக்கொண்டிருப்பான்.

"யப்பா ஒந்தாயார் வந்துட்டாங்க, போயிரு"

அவனைத் தவிர எல்லோரும் திரும்பிப் பார்ப்பார்கள்.

"ஏ... இன்னைக்குப் புது வெளக்கமாரு வந்துருக்கு... களிக்கிண்ட கேப்பையில்லாட்டாக் கூட தெனம் தெனம் புதுசுதா"

கூட்டத்துக்குள் யாராவது சொல்லுவார்கள்.

"அடே, சின்னப்பெயலே மரியாதையா எந்திரிச்சி வாரயா நா அங்க வரவா"

குருவம்மா அடுத்த சுற்று ஆரம்பிப்பாள்.

"நீ மூத்தவன் இல்லையா...? கடக்குட்டிதானா...?

சில்லான் சொல்லவும் மற்றவர்கள் சிரிக்க ஆரம்பிப்பார்கள்.

"இந்தா... ஒங்க வீட்டுகள்ள ரொம்ப ஒழுங்குதா. அன்னைக்கிக் களிமட்டையை வச்சி ஒம்பொண்டாட்டி வெளுத்தத மறந்தாச்சோ" ஆசிர்வாதம உட்டுட்டு அடுத்தத் தலைக்கு அம்பு பாயும்.

"என்னருந்தாலும் அது நாலு சொவத்துக்குள்ள... இது நரிக்கொறத்தி மாதிரில்ல இருக்கு..."

சில்லான் சொல்லவும் குபீர்னு சிரிப்பு வரும். இப்படிக் குருவம்மா அங்கிருந்து பாட்டுப் பாட இங்கிருந்து எதிர்ப்பாட்டுப் பாட சிரிப்பும் வசவுமா தேரம் கழியும்.

"எலே ஊரே சிரிக்கிறது, எந்திரிச்சி ஒம்பொண்டாட்டிய என்னனு கேட்டுட்டு வாடா"

கருப்பணப் பெருசு சொல்லவும் "சீட்டுருக்கில்ல பெரியா"

"ஆமா நொட்டுன, கடசியில எப்படியும் புல்லுதாங் கொடுக்கப் போற, அதுக்கு இப்பக் கவுத்தனா... ஆப் தா வரும், இங்க பாரு ஜோக்கர கழட்டிப் போடுறத. ஏ... போடாக் கீர, கீர... முண்ட"

சீட்டைச் சொத்தென்று எறிந்துவிட்டு ஆங்காரத்தோடு எழுந்து போவான்.

"இன்னைக்கி ரணகளம்தான், ஏ சீட்ட நிப்பாட்டுங்கப்பா குருச்சேத்திரம் பாக்கலாம்"

“ஆமா, போனாலும் அந்தானக்கி... பொசுக்குனு படத்தப் போட்டுருவாம் பாரு”

அவர்கள் சொன்னபடியே அவள் ரெண்டு வசவு வைவாள், அடிக்கப் போவது மாதிரி இவன் கை தூக்குவான். பிறகு கையிலிருக்கிற பத்து ருபாயைக் கொடுக்கவும், சமாதானமாகிப் போய்விடுவாள். எலவந்தூர்க்காரியும் வந்த புதுசில், “என்னங்க மாமா, போங்க மாமா” என்றுதான் சென்னாள். தெருச் சண்டையில் கெட்ட வசவுகள் கேட்டால் காது பொத்திக்கொள்ளும் நாகரிகக்காரியாகத்தானிருந்தாள். சனங்கள் சொல்வதுபோல ஊர்த் தண்ணியக் குடித்ததும் அவளுக்கும் வாயில் நாற வார்த்தைகள் தன்னாலே வந்தன. பைபிளம்மாப்பட்டிக்கு மட்டும்தான் ரெண்டு கொரிந்தியர், மத்தேயு எழுதின சுவிசேசம் பத்தாவது அதிகராம், ஐந்தாவது வசனம் என்பதைத் தவிர வேறு வார்த்தைகள் வாய்க்குள் நுழையாது. ஏ சாத்தானே, கள்ளக்கழுத என்ற வார்தைகள் வந்தால் உச்சபட்ச கோபத்தில் இருக்கிறதென்று அர்த்தம். மத்தபடி ஊரில் எல்லோருக்கும் கெட்ட வார்த்தைகள் இணைப்பு வார்த்தைகளாகி சந்தோசத்திலும் கோபத்திலும் கொப்பளிக்கும்.

ஆனால் அண்ணன் தம்பிகள், ஊர்ப்பெரியவர்கள், படிக்கிற பையன்களைப் பார்த்தால் பிரம்மஸ்த்திர வசவுகளைப் பதுக்கிக்கொள்வது ஊர்ப்பெண்களின் இயல்பிலே குடியிருந்தது. கொட்டடித்துக்கொண்டு தெருவழிப் போகும் எல்லா ஊர்வலங்களும், வேதக்கோயிலின் முன்னால் வந்தவுடன் சுத்தமாக நிறுத்தி நடந்து வாசல் தாண்டியவுடன் ரண்டனக்க எனும் உச்ச சுதிக்குப் போவது போலோர் அனிச்சை மரியாதை இருக்கும் தெக்கு ஓடை பெண்களுக்கு. அதனால் வடக்குக் குளத்துப் பக்கம் பெண்கள் நடமாட்டம் அறவே இருக்காது.

அது போலவே ஊரை ஒட்டி இருக்கிற கனி நாடார் பம்பு செட்டில் ஆம்பளைகள் குளித்தால் ஐகோர்ட்டுவரை பெண்கள் போவார்கள். இவை யாவும் வேலிகளல்ல, மரியாதை வளையங்கள். இதைத் தாண்டிப் போகக்கூடாது எனும் கடுஞ்சட்டமும் கிடையாது. தாண்டியவர்களுக்குத் தண்டனையும் கிடையாது.

“ஏ... ஒம் பூன வீடு மொழஞ்சி ஆனச் சட்டிய நக்குது” என்று சொல்லுவதில் ஒரு செய்தியும் எச்சரிக்கையும் இருப்பது போல, “ஓங் கோழிய ஒழுங்கா பஞ்சாரக் கூடைக்குள்ள பொத்திப் போடு” என்பதிலும்

எதிர் சமிக்கை மறைந்திருக்கும். அதே மாதிரி, அந்த ஊர் முளைத்த நாளிலிருந்து வெள்ளைச் சேலையே யாரும் உடுத்தவில்லை. வருசம் திரும்பக் காத்திருந்து, மறுதாலி வாங்கிக்கொள்ளும் தமிழ்ப் பெண்கள் நிறைந்திருந்தார்கள்.

ஒரு குச்சியை முறித்துப்போட்டுப் பருசப் பணத்தைத் திருப்பி வாங்கிப் பெண் வீட்டாருக்குக் கொடுத்துவிட்டு, ஊர்க்காரர்களுக்கு வெத்திலை பாக்கு வைத்துப் பிரிந்துபோகும் கல்யாணங்கள். அதுபோலவே பிடிபட்டால் அண்ணாக் கயிறை அறுத்துத் தாலியாக்கிச் சேர்த்து வைக்கிற கட்டாயக் கல்யாணங்களும் சாதாரணம்.

ஆனாலும் கூட ரெண்டு வருசமாகத் தீராமலிருந்தது சின்னக்காளின் வழக்குதான். இதுவரைக்கும் ஆறுமுறை பஞ்சாயத்துக் கூடியிருக்கிறது. ஒவ்வொரு தடவையும் சனிக்கிழமைதான் நடக்கும். ராத்திரி ஆரம்பிக்கிற கூட்டம் விடிய விடிய நடப்பதால் அப்படியே விடிகிற நேரம் கறிப்போட ஆள் கிளம்பும். கறியெடுத்து வதக்கி வதக்கிச் சாராயம் ஊத்திக்கிட்டு மறுநாள் தூங்கிப் போகலாம். ஒவ்வொரு தரமும் சங்கன்தான் பிராது கொடுப்பான் "எனக்கு அவள் வேண்டவே வேண்டா"மென்றும் "தீர்த்து விட்டுவிட வேண்டு"மென்றும் சாம்பான் வீட்டுக்கு நடையாய் நடப்பான். வெதப்பு, அறுப்பு காலங்களைத் தவிர்த்துவிட்டுச் சாவகாசமான நாள் குறித்து ஊர்சாட்டுவார்கள்.

"இன்னைக்கி ஒரு தேங்காயும் ஒரு கட்டு வெத்திலயும் மாரியப்ப நாடார் கடையில் வித்துப்போகும்டியோய்" சொல்லிக்கொண்டே ஊர்க்கூடும். ஊரென்றால் மொத்த ஊரல்ல. பிராது குடுத்த சங்கன், சங்கனின் வலசல் பத்துப் பேர். எதிர்ப் பிராது குடுத்த சின்னக்காள், சின்னக்காளின் வலசல் அஞ்சு பேர். ஊர்த்தலைவர், சாம்பான், தங்கிளியான், அப்புறம் தெண்டப்பணத்தில் தண்ணியடிக்க ஆறுபேர் உட்கார்ந்திருப்பார்கள். சுவாரஸ்ய ஈர்ப்பில் எட்டத்தில் நிறைய பெண்கள் நின்றிருப்பார்கள். அச்சடிக்கப்பட்ட சட்டத்திட்டங்கள் இல்லாதபோதும், ஆண்டை அடிமை இல்லாததாலும், அந்தத் துலாக்கோலுக்கென்றும் சேதம் வந்ததில்லை. கருப்பணப் பெருசின் வலசல்கள் பிராதுக்குள் வராதவரை நீதி ஒருபோதும் வழுவாது. ஆனாலும், சின்னக்காளின் வழுக்குதானின்னும் தீர்ந்தபாடில்லை. அது தொடங்கிய இடத்துக்கே வந்துவிடும்.

"எங்கள வேல வெட்டியில்லாத சும்பப் பெயகன்னு நெனச்சியா, இன்னுமே ஊரக் கூட்டுன தாயோலி... ஊரவிட்டே வெரட்டிப்பிடுவேன். கீர... கீரமுண்ட" வேட்டி மண்ணைத் தட்டிக்கொண்டே இன்னும் கூடுதல் அடைமொழிகளோடு திட்டித் தீர்த்துவிட்டுச் சீட்டு விளையாடப் போய்விடுவார் கருப்பண பெருசு.

தாழ்வாரத்தில் படுப்பதா, வீட்டுக்குள் படுப்பதா எனும் குழப்பத்திலேயே அவனது ராத்திரி கழிந்துவிடும். சின்னக்காள் கண் முழிக்கிற நேரமெல்லாம் குத்துக்காலிட்டு உட்கார்ந்துகொண்டு பீடியைக் குடித்துக்கொண்டிருப்பான். சாமத்திற்குப் பிறகு கண்ணயர்ந்து, கோழி தூக்கம்போட்டு அவனுக்கு விடியும்போது ஊர் சுறுசுறுப்பாக வேலைக்குக் கிளம்பிக்கொண்டிருக்கும்.

பொண்டாட்டி காணாமல் போயிருக்க, ஊரிலுள்ள சோக்குப் பேர்வழிகள் எல்லோரும் வில்லனாகத் தெரிவார்கள். பருத்திக் காட்டுக்குக் களையெடுக்கப் போய்த் திரும்பி வருகிற அவளைக் கண்ணால் சோதனை போடவும், கேள்விகளால் தீக்குளிக்க வைப்பதும் சகிக்காமல் பூட்டி வைத்த வாயைத் திறப்பாள். சாமதான பேதம் தீர்ந்து கடைசியில் சண்டை வந்து சேரும். ஒண்ணு ரெண்டாய் ஊர்த்தலைகள் கூடி கூத்துப் பார்க்கும். அடுத்த நாள் மூஞ்சி முகம் வீங்கிப்போக சங்கன் வேலைக்குப் போவான். சின்னக்காள் மட்டும் விடுப்பெடுக்க நேரும். வருசத்துக்கு மூனு தரம் கோபித்துக்கொண்டு மலைப்பட்டியிலிருக்கும் தாய் வீடு போவாள். ஒருமாதம் கழித்து வந்து சங்கன் பாவம் போல நிற்கிறதைப் பார்த்து மனசிறங்கிப் போய் திரும்பிவருவாள். இப்படியே ஆறு வருசம் ஓடிப்போனது. இப்போது அங்கு போவதற்கும் வழியில்லாமல் பெத்தவளும் போய்ச் சேர்ந்துவிட்டாள். இந்த ஆறு வருசம் சந்தோசச் சுவடுகள் ஏதுமற்ற வெட்டவெளியாகக் கடந்துபோனது. நாலு வார்த்தைச் சிரித்துப் பேசவும், தோளில் கிடந்து கண் மூடவுமான ஏக்கம் கெட்டித் தட்டிப்போய்விட்டது. இந்த இண்டஞ்செடிப் புதருக்குள்ளிருந்து வெளிவர வழி தெரியாமல், சில நேரம் அரளி அரைத்து, நல்லெண்ணெய் சேர்த்து இரவு வரக் காத்திருப்பாள். ஆனால், அன்று மட்டும் பாசக்காரனாகத் தெரிவான். மறுநாள் விடிகிறபோது, சங்கனின் கண்களில் இன்னும் ஆயிரம் மடங்கு சந்தேகம் தேங்கியிருக்கும்.

அப்போதெல்லாம் அவளை உரசிப் போகிற சினையாடுதான் இண்டஞ் செடியைத் தாண்ட தடம் தரும். குனிந்து கழனித் தண்ணீர் காட்டும்போது

முகம் உரசும். காட்டுக்குப் பிடித்துக்கொண்டு போகும்போது துள்ளியோடி திரும்பிவந்து பிருஷ்டத்தில் முட்டி விளையாடும். சேலைத் தலைப்பைக் கடித்து இழுக்கும். அந்த ஆட்டின் கையில்தான் இவளைக் கட்டியிழுக்கிற பாசக்கயிறு இருந்தது.

சின்னக்காள் வேகுவேகென நடந்துவந்தாள். அவள் கையில் ஒரு கட்டு ஆமணக்குக் குலையிருந்தது. தலையில் சின்னப் புல்லுக்கட்டு இருந்தது. கை குரக்கலித்தது, தலை குன்னிப்போனது. மனசும் உடலும் சுமை இறக்க இடம் தேடி அலைந்தது. கீழ் திசை பார்த்திருந்த கல் மண்டபத்தில் உட்கார்ந்தாள். கட்டைப் பீடிகளும் வெற்றிலைக் காம்புகளுமாக் கிடந்த தூசியைத் தட்டினாள்.

பீடி நாத்தம் குறைந்து கல் மண்டபம் குளுகுளுவென்றிருந்தது. அப்போது இருட்டைப் பற்றியதான பயம் குறைவாகவும், சங்கனைப் பற்றிய பயம் அதிகமாகவும் வந்து சேர்ந்தது. மெலிதான காற்று வீசவும் வியர்வையிருந்த இடங்கள் குளிர்ந்தது. பக்கத்திலிருந்த அடி குழாயைப் பார்த்ததும் நாவறட்சி கூடுதலானது. எழுந்து போய் தண்ணீர் வரும்வரை கைப்பிடியை அடித்தாள். குழாய் பக்கம் வந்து கையேந்திக் குடித்தாள். தாகமடங்கவில்லை. திரும்பவும் வந்து தானே அடித்து, தானே குடித்தாள். தனியே அமர்ந்து சதுரங்கம் ஆடுவது போலவும், சடங்கான சமயத்தில் ஆளில்லா வேளையில், இல்லாத போட்டியாளைக் கற்பனை செய்துகொண்டு பாண்டியாடியது போலவும் இருந்தது. கொஞ்சம் தண்ணியள்ளி முகத்திலடித்துக்கொண்டாள்.

கல்மண்டபத்தில் உட்கார்ந்து முந்தானையெடுத்து முகம் துடைத்தபோது கிழக்கே மாடசாமி கோயிலைத் தாண்டி, கருத்த ராசா நாடார் மொட்டைக் கிணற்று கமலைக்குத்திக்கு மேலே உருண்டையாகச் செந்துருக்கப் பொட்டு நிறத்தில் நிலா கிளம்பி நின்றது. கொக்கு ஒன்று வானப்பெருவெளியில் தன்னந்தனியே காற்றைக் கடந்துபோனது. எதிரே கதவில்லாப் பிரகாரத்தில் கேட்பாரற்ற பிள்ளையார் சிலையும் தனியே கொட்டக்கொட்ட முழித்துக்கொண்டிருந்தது.

குளிர்ந்த கல்மண்டபம், நிலா, மெலிய காற்று, எல்லாம் சேர்ந்து தனிமையின் மேல் தீயள்ளி வீசியது. சின்ன வயதில் கடலைச் செடிக்குள் கட்டிப் பிடித்துக் கடித்து வைத்த காளியப்பனின் முகம் வந்து போனது. அவனிடமிருந்து கிளம்பும் பப்பர் மிட்டாய் மணத்தில், ஆரோக்கியதாசின் இறுக்கம் அழுத்தியது. அவன் இருந்த இடம் இன்னமும் வெற்றிடமாகவே இருந்தது.

எவ்வளவு நேரம் பின்னோக்கிச் சுற்றினாலும் சங்கனின் பீடிக்கங்கு எரிகிற முகம் தென்படவே இல்லை. காளியப்பனையும் ஆரோக்கியதாசையும் சேர்த்துப் பிசைந்த ஓர் உருவம் தேடித் தேடி அலைந்தது.

பிள்ளையார் மண்டபத்தில் பட்டுத் தெறிக்கிற நிலா வெளிச்சத்தில் அவள் மட்டும் தனியே இருந்தாள். யாரோடும் பகிர்ந்துகொள்ளமுடியாத நினைவுகளைப் பிள்ளையாரிடம் சொல்லுவதாகப் பாவனை செய்துகொண்டு சொன்னாள். அடியில் தேங்கிக் கிடக்கிற நினைவுகளை வார்த்தைகளில் சொல்ல முடியாமல் திக்கினாள்.

சங்கன் நட்ட நடுக்கூட்டத்தில் பஞ்சாயத்தார் மத்தியில் சொன்ன வார்த்தைகள் அவளை உக்கிரமாகத் தாக்கின. "ஊர் மேயிறவா, மலடி, ராங்கி பிடிச்சவா" இந்த வார்த்தைகள் உலுக்கிப் போட்டன. "பிள்ளையாரப்பா என்னியப் பாரு, நானா மலடி" என்று பிறந்த கோலத்தில் நின்றாள்.

பேய் பிடித்துவிட்டதாக ஊர் நம்பியது. சாமி இறங்கியதென்று சங்கனும் பயந்தான். அவள் ஒவ்வொரு நிலா நேரத்திலும் காணாமல் போனாள். பிறகு ஒரேயடியாகக் காணாமல் போனாள். அவனைத் தேடி வெளியூரிலிருந்து ஆட்கள் வரும்வரை ஆரோக்கியதாஸ் காணாமல் போன விசயம் யாருக்கும் தெரியாமலே இருந்தது.